ஊழ்த்துணை

பாதசாரி

தமிழினி

ஊழ்த்துணை

பாதசாரி

தமிழினி

முதல் பதிப்பு : ஜனவரி 2022

காப்புரிமை : பாதசாரி

தமிழினி, 63, நாச்சியம்மை நகர், சேலவாயல், சென்னை - 51.

tamilinibooks@gmail.com   8667255103

web journal: tamizhini.in

அச்சாக்கம் : மணி ஆப்செட், சென்னை.

ரூ. 130

நேர்மையற்ற ஒருவர்தான், நேர்மையற்ற ஒருவரை நேர்மையானவர் என்று சிலாகிக்க முடியும்!

*

சமீபத்தில் கும்பகோணம் சாரங்கபாணி கோவிலுக்குப் போயிருந்தேன்.ஆராவமுதன் சன்னதியில் துளசிப் பிரசாதம் நாமே எடுத்துக் கொள்ளவேண்டியது ...

சடாரி அருகே ஒரு கட்டுத் துளசி இருந்தது - துளசிக் குழந்தைச் செடிகள் வேருடன் பிடுங்கப்பட்டு.

வேருடன் பிடுங்கப்படும் செடி எதுவும் வேதனையின் சாட்சி தான். வருத்தம்... வாழ்வாதாரம் வேருடன் பிடுக்கப் பட்டுத் தலைநகரில் போராடும் விவசாயியின் வேதனை போலத் துளசிக் கலக்கம். துளசியில் மணமில்லை!

நாகேஸ்வரன் கோவிலுக்குள், சிங்கமுகத் தீர்த்தக் கிணறு அருகே மேடையில் அமர்ந்திருந்த பெண்மணி சொன்னார் "பாவா, நான் சொன்னாக் கேட்க மாட்டா. நீயே கூப்பிடு. நேரமாச்சில்லே. திருக்கருகாவூர் வேறே போகணும்."

பாவா கூவிக் கூப்பிட்டார் "சுஜீ... சுஜ்ஜூ... ஓடி வந்துரு... உன் பின்னாடி பூச்சி கெடக்கு."

என்ன பூச்சியோ...! அச்சமூட்டியே வளர்க்கிறார்கள்.

*

சிவனின் வாகனம் மட்டுமல்ல, பூமிக்கு முதல் குருவே நந்தியாம். எட்டுத்திக்கும் ஞானம் பரப்ப அனுப்பப் பட்ட எட்டுச் சித்தர்களில் முதன்மைச் சித்தர் நந்தி. திருமூலர் கூட எட்டாவது சித்தர்தான். இது பக்திப் புனைவு.

நந்தியே ஆசான் எனில் ஆளுக்கு ஆள் ஆசான்தான்!

*

வள்ளலார் அருளிய, திருவருட்பா உரைநடைப்பகுதி

ஏடு 1896இல் வெளியிடப்பட்டது. பழனியப்பா பிரதர்ஸ், இந்நூலை 2014 ல் மீண்டும் வெளியிட்ட பதிப்பைப் படித்துக் கொண்டிருக்கிறேன். மொழிப்புலமையும் அருட்புலமையும் கொண்ட வள்ளலாரின் உரைநடையும் எனக்கு உள்ளேற வில்லை.

ஆன்மீகத் தத்துவத்துறையில் மேன்மை கண்ட, சேலம் ஆர்.குப்புசாமி ஐயா அவர்களின் 'யுடியூப்' வழி உரைகள் மூலமே வள்ளலாரியத்தில் தெளிவு பெறுகிறேன்.

திரு அருட்பா உரைநடை நூலிலிருந்து, எளிதான இரண்டு குறிப்புகள்:

பத்து ஆள்சுமை ஒரு வண்டிப்பாரம். நானூறு வண்டிச் சுமை ஒரு சூல்வண்டிப் பாரம். சூல்வண்டி ஆயிரங்கொண்ட நூல்களை ஒரு ஜென்மத்தில் ஒருவன் அதிதீவிர ஜீவமுயற்சி யால் படிக்கச் சிறிய உபாசனைச் சகாயத்தால் பெறமுடியும். அப்படிப்பட்டவன் ஆயிரம் ஜென்மம் எடுத்துப் படிக்கும் கலை அறிவை, ஒருவன் அருள் முன்னிடமாகச் சுத்த சிவ (அருட்பெருஞ்ஜோதி அருளால்) நோக்கத்தால் அறியத் தொடங்கினால், ஒரு கணத்தில் படித்துக் கொள்ளலாம். இது சத்தியம்.

ஒருவன் பிரார்த்தனை செய்வதில் அவனுக்காக மட்டும் செய்வது சரியல்ல. இந்த உலகமெல்லாம் வாழும்படி பிரார்த்தனை செய்தல் வேண்டும். அப்படிச் செய்வதால், அதில் ஒருவனுக்கு வேண்டியவை எல்லாம் அடங்கி விடுகின்றன.

பாதி இரவில் எழுந்தருளிப் பாவியேனை எழுப்பி அருட் ஜோதி அளித்தென் உள்ளகத்தே சூழ்ந்து கலந்து துலங்குகின்றாய் நீதி நடஞ்செய் பேரின்ப நிதி நான் பெற்ற நெடும் பேற்றை ஓதி முடியாது என்போல் இவ் வுலகம் பெறுதல் வேண்டுவனே என்பதே என் பிரார்த்தனை யாகும். (திரு அருட்பா ஆறாம் திருமுறை 465).

எல்லோரும் இந்நாட்டு ஆசான்களே!

*

அசைவில் உள்ளது என் அசைவின்மை. அசைவின்மை யில் உள்ளது என் அசைவு.

*

பாதசாரி

உருவிலாக் காதலிக்கு
ஒரு காதல் கவிதை:
என் மூச்சைவிட நெருக்கமடி நீ எனக்கு.

*

புதல்வனுடன், நெருக்கமான நண்பர்களுடன் எண் திசையிலும் பல ஊர்கள் சுற்றியுள்ளேன். எந்த இடம், எப்போது எனும் பதிவுகள் எதையும் மனம் உட்கொண்டதே யில்லை.

*

மனிதர்களுக்கிடையில் உறவுக்கு அடிப்படை என்பது, குணம் அல்லது நல்ல மனம்தானே!
அறிவு என்பது இரண்டாம் பட்சம்.
அறிவு x மனம் என முரணில் முண்டுவானேன்.
எந்தச் சூழலிலும் நல்ல மனம் பேணுதலே அறிவுடைமை!

*

இரங்கல் தகவல்களில் ஆழ்ந்த முகநூல்.
நிலையாமை - பிணி மூப்பு சாக்காடு எனும் இதைத் தாண்டியும் பூமியில் நிலைத்துக்கொண்டே இருப்பது, உயிர்களுக்கிடையேயான கருணை மாத்திரமே.
சார்புடைமையே உலகின் உன்னத உண்மை என்கிறான் புத்தன்.
இந்த interdependent nature இன் அடிப்படையில் இயங்குவதும் கருணைதான்.
Nothing can exist on its own என்கிறது புத்த தம்மம்.

*

எல்லோருக்கும் புரிகிறது
ஒற்றைத் துளி கடலுடன் ஒன்றுகலப்பது
இலட்சத்தில் ஒருவருக்கே புரிகிறது
கடல் ஒற்றைத் துளியுடன் ஒன்று கலப்பது - கபீர்
நீரில் குடம், குடத்தில் நீர்

> உள்ளும் புறமும் நீரே
> குடமுடைந்தாலும் நீர் நீரே
> அறிவர் உரைப்பது இதுவே   - கபீர்

கன்னட இலக்கியத்தின் பேராளுமை ஹெச்.எஸ். சிவப்பிரகாஷ் அவர்களின் 'குரு' எனும் ஆன்மீக நூலை, ஜெயமோகனின் உந்துவிசையால், ஆனந்த் ஸ்ரீனிவாசன் தெளிவாகத் தமிழில் மொழிபெயர்ப்பு நூலாக்கியுள்ளார்.

நற்றிணை வெளியீடு.

'அனுத்தரம்' எனும் கலப்படமற்ற விடுதலைக்கான ஆன்மீக வாயில்களை, தன் சுயானுபவ அடிப்படையில் சொல்கிறார் சிவப்பிரகாஷ்.

வேத, சைவ, வைணவ பௌத்த, சமண, சாக்த, சூஃபி, தாந்த்ரீக மரபுகளில் ஆழ்ந்திருக்கும் ஆன்மீக வழிகளைக் குறிப்பிட்டுப் பேசுகிறார்.

அவரவர் வழி அவரவர்க்கு என வாசகனின் தெளிதெரிவுக்கே விட்டுவிடுகிறார்.

குரு, மந்திரம், பக்தி, உடல், பிராணன், மனம், காமம், கர்மம் - உழைப்பு, பிரதிபா (படைப்பூக்க அக தரிசனம்), அனுத்தரம் (உலகுக்கும் விடுதலைக்கும் இடையேயான இருமை நீங்கின புத்தமனம்) எனப் பத்து வழிகளில் அலசித் தெளிவுறுத்துகிறார்.

நூலில் இருந்து எனக்குப் பிடித்த ஒரு குறிப்பு:

தளைகளற்ற விடுதலை எனும் ஆன்மீக அனுபவம் காலத்தில் நிகழ்வதல்ல. காலவெளித் தொடர்ச்சிக்கு அப்பால், அனைத்தும் நிகழ்காலமாக இருக்கும் தளத்தில் நிகழ்வது.

மொழிப்பழக்கம், நினைவுப்பழக்கம் இவற்றின் காரணமாக நமது அன்றாட மனம் கருத்துகள் மீதும் பொருட்கள் மீதும் பொருளையும் காலவெளித் தொடர்ச்சியையும் ஏற்றுகிறது. நேர்கோட்டிலான தொடர்ச்சியை மட்டுமே நமது அறிவு எளிதில் ஏற்கிறது. எனவே, தொடர்ச்சி அறுபடுகையில் நாம் முழுவதுமாகக் குழம்பி விடுகிறோம். மகிழ்ச்சியோ வேதனையோ உச்சத்தில் இருக்கையில் நேர்கோட்டுத் தொடர்ச்சி அறுபடுகிறது .ஆன்மீக அனுபவத்தின் உச்சத்திலும் இதுவே நிகழ்கிறது.' இங்கு, இப்போது மட்டுமே எஞ்சுகிறது.

நேர்கோட்டில் செல்லும் நேரத்தில் வாழும்வரை நாம் தளைக்கப்பட்டிருக்கிறோம். விடுதலை பெற்ற நிலையில், முன்பு இப்போது அங்கு இங்கு எனும் தன்முனைப்பு உணர்வின் தூண்கள் சரிகின்றன. நிர்வாணம், வீடுபேறு என்பது இதுதான்.

*

இவ்வெறுமையில் இருந்து வெளியேற ஒரே வழி அதனை அங்கீகரித்துத் தழுவிக்கொள்வதுதான். அதற்குப் பின்னரே அகஒளி எழுகிறது. அந்தத் தருணத்தில் நிகழ்வது முற்றிலும் அகவயமானது. சொற்களில் வடிக்க இயலாதது.

அனுத்தரம் (புத்த மனம் அல்லது களங்கமற்ற முழு விடுதலை - நிர்வாணத்தின் பேரின்ப நிலையிலிருந்தும் விடுதலை) என்பதை உணர்பவர், பிரபஞ்ச நாடகத்தில் தான் ஒரு நடிகர் மட்டுமல்ல, கதாசிரியரும், மேடையும், பார்வையாளரும் தானே என்று அறிகிறார்.

அவரே அனைத்தும், அனைத்தும் அவரே.

- ஹெச்.எஸ்.சிவபிரகாஷ்.

*

மறைந்தவர் புகைப்படங்களால் நிறைந்தது முகநூல்

காற்றில் பரவுகிறது அசரீரி: கடைசியா முகத்தைப் பார்க்கறவங்க பார்த்துக்குங்க.

நான் என் முகத்தைக் கண்ணாடியில் பார்த்துக் கொண் டேன்

சிறுமூச்சு பெருமூச்சில் சேர்ந்துவிட்டது...

சிறுநான் பெருநானில் கலந்துவிட்டது...

அகல் சுடரில் வாழும்

அகம் தாண்டி சொரூபம்.

*

"**உ**ங்களுக்கு கடவுளை நம்புவதில் என்ன கஷ்டம்?"

"பயம்தான். கடவுளை நம்பினா அவர் நின்னு கொல்லு வாரு, தண்டிப்பாருன்னு அதையும் நம்பணும். அந்த பயம் தான். எனக்கு பயம்னா ரொம்ப பயம்... கேட்டியா..."

*

தெரிந்ததை வைத்துக்கொண்டு, தெரியாததைப் பற்றிப் பேசி அதைத் தெரிந்ததாகக் காட்டிக்கொள்ளத்தான் வேண்டுமா!

*

ஆன்மீகத் தேடலில் ஆழமான கவிஞரும், பௌத்த - ஜென் விழிப்புணர்வு வழிகளில் சர்வதேச ஆளுமைகளுடன் நேரடித் தொடர்பு கொண்டவரும், சூழியல் நச்சுத்துறை, மருந்தியல் மூலக்கூறு ஆய்வுத் துறை, நுண்ணுயிரியல் ஆய்வு ஆகியவற்றில் சர்வதேச அளவிலான விஞ்ஞானியுமான அமலன் ஸ்டான்லி அவர்களை இன்று, பஷீர் அலுவலகத்தில் சந்திக்கும் பேறு கிடைத்தது.

எனக்கு இருந்த ஒரு சந்தேகத்தை டாக்டர். ஸ்டான்லி யிடம் கேட்டுத் தெளிந்தேன்.

இயற்கையிலேயே மனிதன் தாவர உணவுக்கானவன் தான் என்று எனக்குத் தெளிவித்தார் ஸ்டான்லி.

எட்டு மாத காலமாக சைவமாகிப்போன எனக்கு மகிழ்ச்சி.

உடலுக்கு மாமிசம் உண்ணும் - Autophagy ஆசையிருப் பின், 83 கிலோ மாமிசம் என்னிடமே உள்ளதே! உள்ளிருந்தே மெல்ல வேண்டியதுதானே!

சைவம் - அசைவம் என்று எதுவுமில்லை. தாவரப் புரதம், விலங்குப் புரதம் என்று இரண்டு பிரிவே உள்ளது என்றார்.

ஒருவனுக்கு தாவரப் புரோட்டீன் கைக்கெட்டும் தூரத்தில் கிடைக்கும்போது, அது போதுமே.

அண்டார்டிகாவில் அல்லது தாவரம் இல்லாத நிலத்தில் இருக்கையில், கொலைப்பசியின் போது மனிதன் விலங்கைத் தேடிக் கொன்று புசிக்கட்டும்!

ஆதியிலிருந்து மனிதனுக்குப் பழக்கிவிட்ட ருசிப் பழக்கமே மாமிச - spicy உணவைத் தேடுவதைத் தொடர்கிறது! - எனக் கருதுகிறேன்.

மாயாதோ மானுடருக்கு மனநாக்கின் தூண்டுதல்!

*

இவனுக்குத் தெரிந்திராத ஒரு நண்பர், இவனுக்குத் தெரிந்திருந்த இன்னொரு நண்பரின் மொபைல் எண்ணை இவனிடம் கேட்டார்.

உடனே இவன் அனுப்பவில்லை.

தெரிந்த நண்பரின் அந்த மொபைல் எண்ணை, அவரிடம் அனுமதி பெற்ற பின்பே, அந்த தெரியாத நண்பருக்கு அனுப்பினான் இவன்.

இப்போதெல்லாம் ஒரு சூதானமான மார்க்கத்தைக் கடைப்பிடிக்கிறான் இவன்.

நட்புறவுகளில் எப்போது எதன்பொருட்டு சிடுக்கு முடிச்சு விழும் என்பதைத் தெரிய இயலாக் காலமிது.

*

கால எண்ணச் சுழலே மனிதனை இயந்திரமாக்குகிறது.

இன்பத்தேட்டத்திற்குள் தப்பிக்கத் தூண்டி, பின் மீண்டும் மீண்டும் ராட்சத நினைவு இயந்திரத்தின் பற்சக்கரத் தில் பூட்டிவிடுகிறது.

இதனால்தான் இந்த இயந்திரப் பண்பாட்டிலான பெரும்பாலான மனிதர்களை 'second hand people' என்கிறார் ஜே.கிருஷ்ணமூர்த்தி .

*

இந்தக் காலத்துக் காதலில், மௌனம் என்பது சம்மத துக்கு அறிகுறி அல்ல; மதில் மேல் பூனை.

*

பகல்நனவோ சிலபோது ராக்கனா என விரைந்து கடக்கிறது.

இராக்கனவோ சிலபோது பகல்நனவு போல தேங்கித் திணறுகிறது!

*

பந்திக்கு முந்து என்பது போல, வாழ்த்துக்கு முந்து. யாரும் உன்னை வாழ்த்தும் முன்னே, அனைவரையும் வாழ்த்தி விடு.

*

கடந்தவற்றின் துன்பங்களை நினைத்தால், இப்போது ஒரு இனிமை -

'அதினி' இப்போது இல்லை' என...

கடந்தவற்றின் இனிமையை நினைத்தால் இப்போதொரு துன்பம் -

'அதினி' இப்போது இல்லை' என.

'அதினி' - என்பதில் பின்னே - முன்னே என இரண்டு காலங்களும் சுருண்டுகொண்டு விடத்தை உமிழ்கின்றன!

'அதினி' என்பது வேறொன்றுமில்லை -

எதிர்பார்ப்புதான் .

கணத்துக்குக் கணம் இறந்துவிட்டால் கவலையில்லை!

*

அந்தி சாய்ந்த வேளையில் அந்த ஒன்பது மாடி அடுக்க கத்தில், கார் பார்க்கிங் ஒட்டிய நடைபாதையில், இந்தியன் தாத்தா - பாட்டி போல இருந்த ஈருயிர்கள் நடை போயின.

பாட்டி சொன்னது :

"உங்களை மத்தவங்க திட்டீரக்கூடாதேன்னு தான் நானே உங்களைத் திட்டி எச்சரிக்கறேன் அடிக்கடி... நாற்பத் தஞ்சு வருஷம் கூட வாழந்தும் இன்னும் என்னைப் புரியலே ஒங்களுக்கு."

*

ஆதிகும்பேஸ்வரர், சோமேஸ்வரர், சாரங்கபாணி, சக்கரபாணி, நாகேஸ்வரர், நாச்சியார்கோவில் சீனிவாசப் பெருமாள், சங்கர நாராயணன், நெல்லையப்பர், அவிநாசி யப்பன், ஆவுடையார் கோவில் ஆத்மநாதர், பசுபதீஷ்வரர், கச்சபேஸ்வர், ஏகாம்பரநாதர், மயானேஷ்வரன் என எத்தனை கோவில்களுக்குப் போனாலும்,

அங்கே உடனுறை, சமேத, தனிசன்னதியாக வீற்றிருக் கும் அம்மன் பேர்களை,

எப்போதுமே அடிச்சுக்கேட்டாலும் என்னால் சொல்ல முடிந்ததில்லை.

என்னவொரு ஆணாதிக்க பக்தி!

*

"**உ**னக்கு மரணம் என்பது?"
"தலை முழுகுகையில் தவறிய சோப்பு."

*

காஞ்சிபுரம் வைகுண்டப் பெருமாள் கோவிலில், கிடந்தகோலம், அமர்ந்தகோலம், நின்றகோலம் மூன்றையும் அழகிய சிற்பங்களாகக் கண்டேன்.

ஏனோ பெருமாளின் நடந்தகோலம் மட்டும் இன்னும் கண்கொள்ளவில்லை.

*

முடிவில் புள்ளியைத் தொடாத பல வாக்கியங்களும் சற்றே விக்கித்துத்தான் போகின்றன!

*

வாழ வாழ வாழை - என்பதே வாழப் போதும்!
'வாழைக்கன்று அன்னையின் நிழலில் வாழ்வதுபோல வாழவைத்தாயே ' -

இது கவிஞர் கண்ணதாசனின் 'ஆலயமணி' திரைப்படப் பாடலில் ஒரு வாக்கியம்.

யாவருமே அடுத்தவருக்கு அன்னையின் நிழலாய் இருப்போமாக.

*

ஈழத்தில் தமிழர் பகுதிகளில், புத்த விகாரங்களை அடிக்கடி அதிரடியாக அமைக்கும் அட்டூழிய இனவாதச் சிங்களவர்களுக்கும், அந்த அயோக்கிய மனித விரோத (மறைமுக சிங்கள ராணுவ) அதர்ம அரசுக்கும், பவான் புத்தர் எதற்கு?

பௌத்தம் காட்டும் உன்னத எண்வழிப்பாதைக்கும், இந்த போலிக் கயவர்களுக்கும் என்ன சம்பந்தம்?

வரலாற்றில் என்றைக்குமே மதத்தின் பாதை என்பதே மடத்தனமான பாதைதான்.

*

என் ஆரம்பப் பள்ளிக் காலத்தில், நண்பனொருவன்

புத்தாண்டுக் காலண்டர் வீட்டுக்குக் கிடைத்தவுடனேயே, தினசரி கிழிக்கும் அதில் உள்ள தேதித் தாள்களைப் புரட்டி, அந்த ஆண்டில் - பதினோரு மாதங்கள் கழித்து - வரும் நவம்பரில், தீபாவளி வரும் தேதித் தாளை மடித்து அடையாள மாக்கி விடுவான்!

*

ஒருநாளும், பாட்டியோ தாத்தாவோ குழந்தைகளைத் திட்டியதையோ அடித்ததையோ நான் எங்கும் கண்டது மில்லை, கேள்விப்பட்டதுமில்லை.

வேரின் புன்னகையைத் தான் பூவில் காண்கிறோம்.

*

போலியோ தடுப்பூசியைக் கண்டறிந்த ஜோனஸ் சால்க், தான் கண்டறிந்த தடுப்பூசியை முதலில் தான் உட்கொண்டார். பிறகு தன் குழந்தைகளுக்கு கொடுத்துப் பரிசோதித்துப் பார்த்துவிட்டுத்தான் உலகுக்கு அதை அறிவித்தார். அன்றைய அறிவியலாளர்களில் இவரைப் போன்ற அறம் சார்ந்தவர்களும் இருக்கத்தான் செய்தார்கள்.

- சித்த மருத்துவர் கு.சிவராமன்

*

மனம் மூச்சுத்திணறும்போது, வயிறும் மூச்சுத் திணறு கிறது.

மருத்துவ உலகம், இரண்டாவது மூளை எனச் செல்ல மாக அழைக்கும் வயிற்றுள் பிரச்னை.

மனச்சிக்கல் மலச்சிக்கல்.

Body over Mind என்பதைவிட Mind over Body என்பது வீரியமானது என்பது அனுபவம்.

உள்வாங்க உடலுக்கு ஒரு வாய்.

மனத்துக்கோ ஐந்து வாய்கள்!

உடலில் லட்சக்கணக்கான நுண்துளைகள் உள்ளன, அது வேறு சங்கதி!

*

இல்லாதவரை விட இருப்பவரே அதிகமும் பொறாமைப்படுகிறார்! அதனால் நாளும் தூக்கம் கெடுகிறார்!

*

"**எ**ப்படிங்க பொழுது போகுதுங்க?"

"என்னோடயே எப்பவும் பேசிட்டே இருக்கறதிலே தானுங்க..."

*

*1. **து**ணைவி, 2. கடகி, 3. கண்ணாட்டி, 4. கற்பாள், 5. கரந்தை, 6. வீட்டுக்காரி, 7. கிருகம், 8. கிழத்தி, 9. குடும்பினி, 10. பெருமாட்டி, 11. பாரியாள், 12. பொருளாள், 13. இல்லத்தரசி, 14. மனையுறு மகள், 15. வதுகை, 16. வாழ்க்கை, 17. வேட்டாள், 18. விருந்தனை, 19. உல்லி, 20. சானி, 21. சீமாட்டி, 22. சூரியை, 23. சையோகை, 24. தம்பிராட்டி, 25. தம்மேய், 26. தலைமகள், 27. தாட்டி, 28. தாரம், 29. மனைவி, 30. நாச்சி, 31. பரவை, 32. பெண்டு, 33. இல்லாள், 34. மணவாளி, 35. மணவாட்டி, 36. பத்தினி, 37. கோமகள், 38. தலைவி, 39. அன்பி, 40. இயமானி, 41. தலைமகள், 42. ஆட்டி, 43. அகமுடையாள், 44. ஆம்படையாள், 45. நாயகி, 46. பெண்டாட்டி, 47. மணவாட்டி, 48. ஊழ்த்துணை, 49. மனைத்தக்காள், 50. வது, 51. விருத்தனை, 52. இல், 53. காந்தை, 54. பாரியை, 55. மகடூஉ, 56.மனைக்கிழத்தி, 57. குலி, 58. வல்லபி, 59. வனிதை, 60. வீட்டாள், 61. ஆயந்தி, 62. ஊடை -*

படித்தவர்களுக்கு மூச்சு வாங்கியிருக்கும்... ம்ம்...

இத்தனை சொற்களும் ஒரே சொல் குறித்தவையே!

'மனைவி' என்பதற்குத்தான் தமிழில் இப்படி 62 வகையான பெயர்கள். ஊழ்த்துணையே சாலப் பொருத்தம்.

மூலம் : மாலையில், தள்ளுவண்டியில், அவித்த கடலைக் குவியலுக்குள் ஒளிந்திருந்து சூடேந்திய பனங்கிழங்கு ரெண்டு வாங்கினேன். ரெண்டையும் சுற்றிப் பொதிந்த தாள் அது கிழிபட்ட, மாலைமலர் - 2020 தீபாவளி மலரைச் சேர்ந்தது.

*

துன்பத்தில் ருசி கண்டவர்களுக்கு மீட்பே இல்லை - என்பது ஒரு பதிவில் கோகுல் பிரசாத் வரி.

உண்மையிலேயே 'ஓணத்தியோடு' - உணர்வோடு உள்ள ஒருவருக்குத் துன்பம் ருசிக்குமோ?

அப்படித் திரும்பத் திரும்ப துன்பத்தில் முக்குளிப்ப வரது உளநிலை OCD (Obsessive Compulsion Disorder) எனும் ஒரு கட்டாயப் பழக்கக் கோளாறல்லவா?

பழக்க 'ருசி' போதை.

ஆழத்தில் ஆனால் அவஸ்தை!

ஒப்பிட்டு மனம் புழுங்குவது இருபாலருக்கும் உண்டு. வெளிப்படையாகத் தெரிந்துவிடுவது பெண்களிடம்!

இந்தப் பழக்கத்தில் தன்னகங்காரமும் அதிகாரமும் பொதிந்துள்ள பாசாங்கு என இருக்கவும் வாய்ப்புண்டுதான்.

இருப்பினும், தங்களைத் தாங்களே ஏமாற்றிக் கொள்ளும் 'பரிதாபத்துக்கு' உரியவர்கள்தான்.

ஆறுதல் வேண்டி, கவனத்தைத் தன்மீது திருப்பிக் கொள்ளும் யத்தனமும் அது அல்லவா?

ஓயாமல் ஆறுதல் தேடுதலும் ஒருவகையில் OCD தான்!

*

முன்பு ஒருமுறை அவிநாசி தொட்டுள்ள திருமுருகன் பூண்டி கோவிலுக்கு ஒரு பௌர்ணமி மாலையில் சென்ற போது, 'முயங்கு பூண்முலை வல்லியம்மை' சன்னதியில், ஒரே நேரத்தில் ஆறேழு இளமங்கைகளைக் கண்குளிரக் கண்டேன்-

மாநிறப் பெண்கள். முகங்களில் 'மா நிறம்'.

உலகம் சுற்றிய வாலிபன் அல்லன் நான்.

ஆனால், நேரடிக் கண் அனுபவத்தில் சொல்கிறேன்,

உலகில் எந்த மூலையில் தேடினாலும், எங்கள் கொங்கு மகளிரின் 'மா நிற 'அழகைப் பார்க்கவே முடியாது.

மாநிறம் - என்பது, மாந்தளிர் நிறமா? மாம்பழ நிறமா? மான்தோல் நிறமா? மாவிளக்கு மாவு நிறமா?

எதனால் என்பேன்...!

தேவதைகளின் நிறம்தான் போலும்!

காமத்திற்கு ஒரு நிறம் சொல்லச் சொன்னால் மாநிறம் என்பேன்.

*

'பாலும் பழமும்' படத்தில், கவியரசு கண்ணதாசனின் 'போனால் போகட்டும் போடா' பாடல் இடையில் இந்த வரிகள்:

வாழ்க்கை என்பது வியாபாரம்
வரும் ஜனனம் என்பது வரவாகும்
அதில் மரணம் என்பது செலவாகும்

காய்கறி வாங்கும் போது ' இத்துனூண்டு கறிவேப்பிலை அல்லது கொத்துமல்லித்தழை' யைக் கொசுறாகக் கேட்டு வாங்குவார்கள் சில இல்லத்தரசிகள்.

நேற்று நான் பாக்கெட் பால் வாங்கையில், மூன்றாவது தெருப் பெண்மணி, காய்கறி கொஞ்சம் வாங்கிய கையோடு, பீர்க்கங்காய் துண்டு ஒன்றைக் கொசுறாகக் கேட்டு வாங்கிக் கொண்டார்!

காய்க்கும் காயே கொசுறு!
வாழ்வுக்கும் வாழ்வே கொசுறு!

*

பொத்தல் ஆடைகளோடு, தெருவோரப் பாறாங் கல்லின் மீதிருந்து எப்போதுமே வான் வெறித்தே இருக்கும், மனச்சிதைவு நண்பனே...

ஆற்றில் அலையாடிய பேழையே
உனக்கு உலகானதோ நண்பா...

குந்தியின் பேழைக்குள்ளிருந்த கர்ணனுக்கான நீல வண்ணச் சேலையாகத்தானே, அந்த வானையும் நீ அண்ணாந்து பார்த்துக் கொண்டிருக்கிறாய்?

*

பார்ப்பதின் பெயர்களை எல்லாம், குட்டிக்குழந்தை களின் பிஞ்சுக்காதில் ஒலியாகப் புகுத்திக்கொண்டே இருக்கிறோம்.

பின் ஒன்றைக் காட்டி, அதன் பெயரை அங்கிள் அல்லது தாத்தாவிடம் சொல்லச் சொல்லி,

"அறிவு அறிவு..." எனப் புளகாங்கிதம் அடைகிறோம்!

*

சைக்கிளில் நாலுகூடைகள் கட்டி, காய்கறிகள் விற்க வரும் தெருவியாபாரி, தங்கள் வீட்டருகே வர கையில் முறத்துடன் எதிர்பார்த்து நின்ற இரு பெண்களின் உரை யாடல் தந்த ஒரு கவன ஈர்ப்பு :

"டீ.வி.லே எனக்கு தேவதர்ஷினி நடிச்ச, அந்த கடலெண்ணெய் விளம்பரம்தான் ரொம்பப் பிடிக்கிதுக்கா..."

"எது, தோசையைத் தட்டத்திலே போட்டுட்டு, வாயை மூடிட்டு சாப்ட்ற புருஷன் தலையிலே நச்சுன்னு இடிச் சுட்டே, தேவதர்ஷினி சொல்லுமே, 'இனிமேலாவது படத்தைப் பாத்துட்டு வாங்காம, படிச்சுப் பாத்துட்டு கடலெண்ணெயை வாங்குங்கம்பாங்களே, அந்த விளம்பரம் தானே? "

பாரம்பரிய இந்தியச் சமையலறை!

*

பிம்பவழிபாட்டு நோய்க்கூறான இந்த சமூகத்தில்,

அன்பு உயிர்களின் காதலுக்கு மண்ணில் மரியாதை மிகக் குறைவு.

அதிகார ஊழலுக்கோ வான்முட்டும் மரியாதை.

*

தீயசக்திக்கு கோவில் கட்டுவதும், தீயசக்தியை வழிபடு வதும், தீய சக்திகளை ஆராதிப்பதும், தமது தீயசக்தியின் வலிமை குன்றாமல் காத்துக் கொள்ளத்தான்!

*

'**ம**னம் என்பது வேறொன்றுமில்லை. மூளையின் ஆட்டுவித்தல்தான்' என்பர் அறிவியலாளர்.

மூளையையும் மீறி ஆடுகிறதே மனம்!

பேய் பிடித்தவர், பேயைவிட பயங்கரமாக ஆடுகிறார் - என்பது இதுதான்!

*

எனக்குத் தெரிந்த மூத்த வழக்கறிஞர் ஒருவர் இருக்கிறார். அவருடைய லௌகீக வாழ்வுக் கூறின் உச்சம் இது:

1. பழைய பேப்பர்காரனிடமும் பேரம் பேசுவார்.

2. தமிழ், ஆங்கில தினசரிகளை தேதிவாரியாக அடுக்கி வைத்திருப்பார்.

3. காலாவதியான கல்யாணப் பத்திரிக்கைகள் - உறைகள், நாளிதழினூடே வைக்கப்பட்டு தினம் வரும் விளம்பரத் தாள்கள், பொருட்கள் வாங்கிய பில்கள், ரசீதுகள், வேண்டாத சமையல் எரிவாயு பில்கள், பழைய மின்கட்டண ரசீதுகள், டவுண்பஸ் டிக்கெட்டுகள் உட்பட எந்த பேப்பர் வடிவ வஸ்துவையும், பழைய பேப்பர் போடும்போது சேர்த்துப் போடுவார்.

நல்ல விஷயம்தானே. ஒரு வகையிலான வேஸ்ட் மேனேஜ்மெண்ட்டும் கூட.

A Green salute to Him!

*

பேரியற்கை அது தரும் உயிரைப் பறித்து உடலைப் பகிர்ந்து கொள்ளும் சகல ஜீவன்களுக்கு, புழுக்களுக்கு, கிருமி களுக்கும். உடலைத் தின்று உயிர் வாழும் உரிமை இல்லையா என்ன!

*

ஒருநாள் காலையில் எழுந்து வீட்டினுள் நடக்கையில், ஒரு கரப்பான்பூச்சி துரத்திக்கொண்டே வந்தது, உண்மை யாகத்தான்!

*

வாய்ச் சண்டையில் கிழியாத வார்த்தையுண்டா!

*

கோவை-சத்தியமங்கலம் சாலையில் சர்க்கார் சாமக் குளம் பகுதியில் உள்ளது, காலகாலேஸ்வரர் கோவில். 7ஆம் நூற்றாண்டில் கட்டப்பட்டதாம்.

அங்கே காலபைரவர் சன்னதியின் வலப்புற வாசல்தரை யில் சம்மணமிட்டு அமர்ந்திருந்த இரு முதியவர் களுக்கிடை யிலான உரையாடல்:

"என்னதான் வேண்டிக்கிட்டே?"

"வேறென்ன உனக்குத் தெரியாம வேண்டிக்கப் போறேன்... .காலகாலதேவனே! நானே உன்னிடம் என்னை எடுத்துத் தந்தால் உலகம் அதைத் தற்கொலைன்னு பழிக்கும்... நீயே என்னை வாரி எடுத்துக்கொள்ள இன்னும் உனக்கு என்ன தயக்கமுன்னுதான்."

*

கோவையில் ஒரு நல்ல உணவகம் சாய் கேண்டீன்.

அங்கே ஒரு இருபது வயது இளஞர், லைனில் நான்கு டேபிள்கள் பார்க்கும் சப்ளையராக சேவையில் உள்ளார். துடிப்பாக அங்கிங்கே ஓடி, கனிவுமுகத்தோடு மலர்ந்து பணி செய்கிறார்.

என்னிடம் பில் வாங்கிப்போய் கல்லாவில் செலுத்தி விட்டு வந்த அந்த இளைஞனிடம் 10 ருபாய் டிப்ஸ் நீட்டி னேன்.

உடம்பு முழுவதும் கூசி நெளிந்த அவ் விளைஞன், 'வேண்டாங்க ' என தர்மசங்கடமாக உணர்ந்ததுடன், அடுத்த நொடி இன்னொரு டேபிளுக்குப் போய் நின்றுவிட்டார்.

தன்மான மேன்மையில் என்னைத் தலைகுனிய வைத்தாயே, என் புதல்வா!

*

நல்லவர்களை நாம் எண்ணிக்கொள்ள வேண்டியிருக்க லாம். தீயவர்கள் நம் எண்ணத்தில் திரும்பத் திரும்பத் தாமே தோன்றுவார்கள்.

தானே தோன்றிய எதுவும் தானே மறையும் என்பதே இயற்கையின் உண்மை .

*

உன் மனத்தின் புனைவை எல்லாம் உண்மையில் நடக்கும் அனுபவமாகச் சொல்லி, வார்த்தைகளால் அஞ்ச வைக்கிறாய்.

நானோ, உண்மை அனுபவங்களையெல்லாம் புனை வாக்கி வார்த்தைகளில் பதுங்கிக் கொள்கிறேன்.

*

சீனப்புராணம் ஒன்றில் 'மெங் பொ' எனும் பெண் கடவுள், மனிதனுக்கு 'மறதி'க்கான கடவுளாக இருக்கிறார்.

இறந்து போனவர்கள், நினைவுநதியை, மறதிப்பாலத்தின் மூலம் கடக்கும் முன், இந்த 'மெங் பொ' பெண்கடவுள், இறந்தவர்களுக்கு ஒரு 'சூப்'பை அருந்தத் தரும். இதைக் குடித்தவர்கள், அடுத்த பிறவிக்குள் புகுமுன், எல்லா நினைவு களும் அழிக்கப்பட்ட 'கிளீன் ஸ்லேட்' டாக நுழைவார்கள். .

முற்பிறவிகளின் எந்த நினைவுகளும் இல்லாமல் புதுப்பிறவி எடுப்பார்கள்.

ஐந்து மூலிகைகளால் தயாரிக்கப்படும் இந்த சூப் அல்லது மறதித் தீர்த்தம், கடுமையான ஞாபகமறதி (Amnesia) யை உண்டாக்குமாம்.

கிரேக்க புராணம் ஒன்றிலும் இதுபோல ஒரு சுவாரசியக் கதை உண்டு:

'ஞாபமறதி' - என ஒரு நாற்காலி உண்டு. அதில் அமர்கிறவருக்கு முழுமையாக எல்லாமே மறந்துபோகும். .

தீயசஸ் எனும் அரசன் அதில் அமர்ந்து, எப்படி அந்த நாற்காலியில் இருந்து மேலே எழுந்திருப்பது என்பதைக்கூட மறந்துவிட்டான். ஹெர்குலஸ் உதவியோடுதான் எழுந்து நிற்க முடிந்தது.

பூமிக்கடியில் ஓடும் 'லேதே' எனும் ஒரு பஞ்சநதி நீரைப் பருகினாலும், இதே போல நினைவுகள் துடைத்தெறியப்படும் - என்பதும் இன்னொரு கிரேக்க புராணக் கதை.

நினைவு என்பதே 'மனமெனும் காலம் ' அல்லது 'காலம் எனும் மனம்' மீட்டுவதுதான்.

'தற்கணநிறைகவனம்' - மூலம், ஒவ்வொரு கடந்த கணத் துக்கும் இறந்துவிட்டால், துன்பமில்லை. .

மனம் வெற்றாக காலியாகிக்கொண்டே இருந்தால் தான் புதிதாக எதையும் 'பார்க்க' முடியும். .

உறவுகளில் ஏக்கம், இழப்பு, நிறைவேறாதஆசை, தீர்க்காத பகை என அனைத்து மனத்துன்பங்களும் மறையும்.

வாழ்க பிண மறதி! வளர்க கணக் கவனம்.

*

கடும் மன அழுத்தம் நீங்கிய பின், உண்டான கடும் மனத்தளர்ச்சியிலும் தூக்கம் வராமல் புரள்கிறார்!

*

சமாதானத் தருணங்களிலும் ஒரு அமைதியின்மை ஏன்? இனி என்று எத்தருணம் சண்டை மீண்டும் பற்றுமோ என்றுதான்!

'என்று?' - எனும் சொல் ஒன்றின் மீதான காலப்பற்று தான் அமைதியின்மைக்குக் காரணம்...

*

மனப்பழக்கம் மனப் புழுக்கம்.

*

எனக்குள்ளிருந்து ஒரு மிருகம் பாய்ந்து வெளிச்சாடி ஓடித் துரத்திப் பிடித்து என் கோபத்தை இரையென உண்டபின் விட்ட ஏப்ப ஓசை: 'மி யா வ்!'

*

சும்மா இரு சொல்லற - அருணகிரியார்.

சொல் பொறுத்திராத் தற்போத அடியேனுக்கு, அடியேனே சொல்லிக் கொள்வது :

'சும்மா இரு சொல்லற' எனுமிதில்,

'சொல்லற' என்பது, உன்னை நோக்கிச் சீறிக் குத்த வரும் 'சொல்'லுக்கும் நீ சும்மா இரு என்பதே அர்த்தமாகும்!

எண்ணங்கள் யாவும் இறந்திடவென்பதே சும்மா இருத்தலாகும்.

*

மனம் சீறி, உடல்களின் கைகலப்பு அங்கே.

"பேசீட்டிருக்கும் போதே மளார்னு கைநீட்டிப் போட்டானுங்க... அதானுங்க போட்டு மொத்தீட்டனுங்க."

பரஸ்பரம் இரு வன்மநபர்கள் எதுவுமே பேசிக்கொள் ளாமல் சடாரெனப் பாய்ந்து கட்டிப் புரளும் காட்சியைக் கண்டதுண்டா?

அது அபூர்வம். அப்படி நேரிடின் அது அதர்மத்தின் மீது தர்மம் போடும் அடி அல்லது தர்மத்தின் மீது அதர்மம் போடும் அடி!

வார்த்தைதான் சண்டைக்கு ஆரம்ப ஆதாரம்.

மனச்சண்டைக்கு உடல் ஆயுதம்.

மனதின் ஆயுதம் வார்த்தை அல்லது வார்த்தையின் ஆயுதம் மனம்.

'அல்லது' எனச் சொல்லாமல் உண்மையைச் சுட்ட இயலாப் பொல்லாக் காலம்!

எதுவாயினும், கூட்டாக அடிதடி, கொலைகள், குழுக்கைகலப்பு, பெரும் போர் ஆயினும், தர்மத்தை மீறி தனிநபர் அகங்காரத்தின் கோரப் பசியே வன்முறையின் ஆணிவேர்.

சமூகத்தில் மனிதனுக்கு தன்முனைப்பின் பேய்ப்பசி ஆறிநின்றதாக சரித்திரமே இல்லை!

எல்லாம் மனச்செயலே. 'மனம்' என்பதே மனச் செயல் தான் என்கிறது ஆன்மீகம்.

ஆதியில் வார்த்தை இருந்தது.

பாதியில் வேறு வார்த்தை வந்து புகுந்தது!

*

நிரந்தரமற்ற இந்த வாழ்வுக்கு அர்த்தம் தந்து கடக்க மூன்று குணங்கள்:

பேரியற்கையை அறிதல். பொறுமை. அளவற்ற கருணை.

*

எனது 66 ஆவது வயதில் இன்று முதல்முறையாக நகவெட்டியால் கைவிரல் நகங்கள் வெட்டினேன்...

இது நாள் வரை நகம் கடிக்கும் பழக்கம்தான்...

கடித்த நகத்தைக் கொறித்துத் தின்றும் விடுவேன்...

பல சமயம் ஆவேசமாகப் பிசிறையும் ஒட்டக் கடித்து ஊனில் ரத்தம் பார்க்காமல் விடமாட்டேன்!

(ஆலிலைக் கிருஷ்ணனுக்குப்போல் வாய்க்குக் கால்

எட்டாது என்பதால், ஆறு மாசத்துக் கடன்காரன்போல ஆடிக்கொருமுறை அமாவாசைக்கு ஒருமுறை கால்விரல் நகங்களை நகவெட்டியால் வெட்டுவேன்)

இன்று நகவெட்டியால் வெட்டியதில் பூரண திருப்தி இல்லை... மீண்டும் பிசிறு கொறித்தேன்!

இப்படி, நகம் கடித்து அதைக் கொறித்துத் தின்னும் பழக்கம் என்பதும் ஒருவகையில் மெல்லிய மனச்சிதைவையே குறிக்கும் என்கிறது உளவியல் மருத்துவம் - body focus repetitive behaviour எனும் Dermatophagia! (சதா மயிரைப் பிடுங்கிக் கொண்டிருக்கும் ஒருவருக்கு இருப்பது Frichotillo maniaவாம்!)

வெளிநாட்டுக்காரன் எந்தப் பழக்கத்தையும் உளவியலில் சேர்த்து பெயர் வைத்துவிடுவான். அப்புறம் பேரைக் கேட்டாலே நாம் பயப்பட வேண்டியதுதான்!

இன்றுவரை நகவெட்டி உலகம் முழுவதிலும் அதே டிசைன் தானோ?

நகவெட்டி கண்டுபிடித்தவரும் ஒரு விஞ்ஞானிக்கு இணையானவர்தானே.

*

ஸ்கூட்டர் டைப் ஜுபிடர் வண்டியை இரண்டாண்டு களாக ஓட்டுகிறேன்...

முன்பு பைக் வைத்திருந்தேன்...

அதுக்கென்ன என்கிறீர்களா?

இப்போதும் சிக்னலில் இந்த ஸ்கூட்டர் டைப் வண்டியை நிறுத்தும்போது, சமயங்களில் இடது கை 'இல்லாத கிளட்சை ' பிடித்திறுக்கி, இடதுகால் 'இல்லாத கியர் லிவரை ' அமுக்கி ' நியூட்ரல் 'ஆக்கி வண்டியை நிறுத்த முன்னுகிறது! இரண்டாண்டுகளாகியும் மூளைப்பதிவு அழிய வில்லை.

உடலின் ஒவ்வொரு அணுவிலும் மூளையின் சிக்னல் கள் தேங்கியுள்ளன!

'உடம்பெல்லாம் மூளை' என வேடிக்கையாகச் சொல் வதிலும் அறிவியல் ரீதியிலான அர்த்தமுண்டு போலும்...

சிலவற்றை learn பண்ணுவது போல, learn பண்ணின சிலவற்றை unlearn னும் பண்ணணும் போல!

உடலில் ஒவ்வொரு அணுவும் 'கற்ற பழக்கத்தால்' ஆட்டு விக்கப்படுகிறது போலும்!

இதுவும் ஒரு விதத்தில் fathom reality தானே!

Freedom from known என்பது Psychological ஆன கோணத்தில் ஜே.கிருஷ்ணமூர்த்தி மனவிடுதலைக்காகச் சொல்வது.

ஓரோரு கணத்திலும் விழிப்புணர்வு - தற்கண விழிப்பே - இடர்நீங்கி உய்யப் பாதையற்ற பாதை!

*

'தற்செயல்'களிலும் ஊழின் பங்கு இல்லாமல் இல்லை' - எனக் கெக்கலிக்கிறது மனம்...

'மனதை உன்னிடமிருந்து துரத்தித் தொலை' - என்கிறார் ஒரு மகான்.

'நீயே மனமும் வழியும் ஜீவனுமாய்த் திரிகிறாய்; எப்படி நீயே உன்னைத் துரத்துவாய் ' - என நகைக்கிறது மீண்டும் மீண்டும் மீண்டும் மனம்!

*

சமீபத்தில் ஒரு நேர்ப்பேச்சில் அக்கா சொன்னார் :

நம்ம அம்மா செத்தப்ப உனக்கு ரெண்டு வயசு. பக்கத்திலே வர்றவங்க சீலையப் பிடிச்சிழுத்துட்டு கழுத்தை அண்ணாந்து ம்மா...ம்மா...ம்பே... அவங்களுக்கும் கண்ணுலே பொங்கீரும். நீ யானா ஒரு பூவை, புடுங்கின பூ எதையாச்சும், ஒரு ரோஜாப் பூவைக்கூட உங்கிட்டே பக்கத்திலே கொண்டு வந்து காட்டுனாக்கூட பயந்து கத்துவே... அதேனோ பூவைக்கண்டாக்கூட உனக்கு அவ்வளவு பயம். நாலு வயசு வரைக்கும் அப்படித்தான். பூவுக்கே பயந்த கொணம்...

அதற்கப்புறம் தந்தை தன் இறுதிமூச்சு வரை தனிக் கட்டையாகி, எங்களுக்குத் தானே தாயுமாகி எங்களைக் காத்து நின்றார் .

*

எதச் சொன்னாலும் ஒரு புகார் தொனிக்கவே சொல்றே நீ...

சொல்றது எதானாலும் அதை புகாராவே எடுத்துக்கறே நீ...

மொத்தத்திலே உனக்கு என் மேலே வெறுப்பு, அதனாலே அன்பே இல்லை.

மொத்தத்திலே உனக்கு என் மேலே அன்பே இல்லை, அதனாலே வெறுப்பு.

இப்படி ஒரு புருசன் - பொண்டாட்டி சண்டை, நாளொரு மேனியும் பொழுதொரு வண்ணமுமாய்...

வாயாலே வண்ணம் கெடுதல் என்பது இதுதான்!

*

வாழும் நினைவில், இன்ப - துன்பம் இரண்டுக்கும் ஒரே பெறுமதிதான் - இரண்டுமே பின் துக்கம்தான்.

வாழும் காலத்தில் சுய நோக்கம் நீங்கி,

உறவுகளின் பரஸ்பர சுவாசத்தில்

காலம் நீங்கின

கனிவின் நறுமணம் வீசிய அத்தருணங்களே வாழ்வுக்கு அர்த்தம் தருபவை...

அந்தவகையில்தான்

இந்த வாழ்வு இனிது.

*

வாசலில் செம்பருத்திச் செடியில் பூ, மொக்கு என்றொன்றுவிடாமல் எட்டி எட்டிப் பறித்துக் கொண்டிருந்தாள் தாய்.

"அம்மா...ம்மா... செடிக்கு வேண்டாமா? செடிக்கு ஒரு பூவாவது விட்டு வைம்மா" - என்றாள் அழாக்குறையாக சிறுமி.

*

'**செ**ருப்புலடிச்சு கருப்பட்டி கையிலே குடுத்த மாதிரி'ன்னு ஒரு சொலவடை உண்டு.

சில உறவுகளில், கருப்பட்டி கையிலே குடுத்து செருப்புலே அடிப்பதுமுண்டு!

விருந்து இலையில் விதவிதமாப் பரிமாறிட்டு, இலையின் மூலையில் கொஞ்சூண்டு நரகலை வெச்சமாதிரி

- ன்னும் சொல்வதுண்டு.

இதெல்லாம் நம் பிம்பங்களுக்கிடையிலான உறவில் தான்...

பெரும்பாலும் நம் உறவுகள் பிம்பங்களுடன் தானே!

ஊன் கலந்து, உளம் கலந்து, உயிர் கலந்து, உயிருக்கு உயிராம் ஆன்மா கலந்தெல்லாம் உறவு அபூர்வம்...

*

அப்பா-அம்மா அல்லது டாடி-மம்மி அதட்டினால், தாத்தா-பாட்டி மடி தேடி ஓடும் வாய்ப்பில்லை. இப்போது குழந்தைகளுக்கு எங்கெங்கு காணினும் அங்கிள் மயமே.

பக்கத்து வீட்டுக் குழந்தை தெருவில் நாயைக் காட்டி 'பவுவ்... பவுவ்...' என்றது. என்னைத் தன் பிஞ்சு ஆள்காட்டி விரலால் சுட்டி 'அங்கிள் தாத்தா' என்றது.

*

வரைந்து செல்லும் விதியின் கை வரைந்து வரைந்து செல்லும் கார்ட்டூன் நான்!

*

தத்தித் தவழ்ந்தெழுந்து நிற்க யத்தனிக்கும் குழந்தையின் ஒரு பிஞ்சுக்கையை மட்டும் பிடித்து, குழந்தை எம்பி நிற்க உதவுகிறார் தந்தை.

குழந்தையின் இரு பிஞ்சுக் கைகளையும் பிடித்து குழந்தை எம்பி நிற்க உதவுகிறாள் தாய்...

தாயுமானவர்கள் அன்றைய எம் தந்தை போல் அபூர்வம் தான்!

*

துரும்பான பிரச்னையைத் தூணாக்கி விசனத்தில் ஆழ்ந்து, தீர்வு எட்டவிடாமல் உழற்றி, தீர்வை அடைந்தாலும் திருப்தி கொள்ளாமல், பிரச்னை தீர்ந்ததிலும் ஒரு வெறுமையை உணர்ந்து, பிரச்னை போச்சே என ஏங்கியும், பிரச்னையில் பற்று அறுந்துவிடாமல் காலத்தில் அமிழும் நீ,

உன் மனதின் மேல் தான் பழிபோடுகிறாய்.

மனம் வேறு, நீ வேறு என உன்னையே ஏமாற்றிக்

கொள்கிறாய்.

உலகையும் ஏமாற்றுகிறாய்.

நீயே உலகல்லவா!

பார்ட் மார்ஷல்லின் 'அஷ்டாவக்ரர் கீதை' நூலில். (தமிழில்: அறிவன். வெளியீடு: சமுதாயம் பிரசுராலயம்)

*

உளவியல் கொலை அல்லது உளவியல் தற்கொலை இரண்டுக்கும் இடையில்தான், இன்று பெரும்பாலும் நவீன மனிதர்களுக்கிடையிலான உறவு வண்டி ஓடுது!

*

அன்பான உறவுகளில், தொலைவென்றாலும் ஒரு அருகாமைதான்.

கசப்பான உறவுகளில், அருகே என்றாலும் ஒரு தொலைவுதான்.

அன்மையும் சேய்மையும் கூட மனதிடம்தான்.

இடம் காலம் எதுவும் மனதால் எட்டப்படுவதுதான்.

*

ரயில்களின் உருவம் தான் இரும்பாலானது. உள்ளம் பஞ்சாலானது.

*

குழந்தைகள் ஒன்றை உடைப்பது என்பதும்கூட, ஒரு படைப்புச் செயல்தான்.

சிதறலில் ஒரு சீர்மையைக் காணுதலே அது.

*

'கோபமுள்ள இடத்தில்தான் குணமிருக்கும் என்பார்கள் '- என்பதொரு மூத்தோர் வாக்கு.

இப்படிச் சொல்வதென்பது, 'கோபப்பட்டாயே, இனி குணமாகப் பேசி சமாதானப்படுத்து' என அன்புக் கட்டளை இட்டது போலத்தான்.

உண்மையில் குணமில்லாத இடத்தில்தானே கோப

மிருக்கிறது!

*

வீட்டின் இடதுபுறம் தெரு தாண்டி, கைவிடப்பட்ட ஒரு பெரிய தொழிற்சாலை.

அதனுள்ளே மதிலோரம் ஒரு பிரமாண்டமான அரசமரம்...

அணில்கள், மயில்கள், காகங்கள் அண்டி விளையாடிய, கருணை நிழல் விரித்து ஆயிரம் கரங்களுடன் அன்றாடம் ஆதவனை வணங்கிய மூத்த தரு அது.

மின்ரம்பத்தால் இன்று மாள்கிறது.

இருபது ஆண்டுகளாக அந்த மரத்தை நின்று ஏறிட்டுப் பார்த்தேனில்லை!

இன்றோ, என்னுள் பிரிவின் ஊளைக் கதறலில் சரிந்து நிலைகுலைந்து விசும்பி வீழ்கிறது.

மனதின் வாய் இறுகி... இருப்பின் அர்த்தம் என்பது இல்லாதபோதுதான் கனக்கும்.

நாசியில் வருவது வெறும் மூச்சு.

இதயம் தருவது பெருமூச்சு.

*

திரும்பிப் பார்த்தால் பெரும் வேடிக்கையாகத்தான் தோன்றுகிறது, மனிதன் உடலை மறைக்கத் தொடங்கியதை நினைத்து!

எந்த ஜீவராசிக்கும் உடை இல்லையே!

உடல் மீது பயங்கொண்ட மனிதன் உடையைப் போர்த்திக் கொண்டான்...!

'பாவத்தின்' சம்பளம்தான் உடையோ!

மனிதனின் வெட்கத்தை ஆடைதான் போக்குமோ!

மானம், கற்பு, அந்தஸ்து, 'நாகரீகம்' என வளர்த்தி இன்று பிரமாண்ட வணிகத்தில் நிற்கிறது உடுக்கை!

*

நண்டு படம் போட்ட, புற்று நோய்த்துறை வெளி

நோயாளிகள் பிரிவு வாசல் பெஞ்சில் அமர்ந்திருந்தேன்...

கீழே தரையில் ஒரு அழகான குட்டிச் சாவி கண்ணில் இடறியது.

தவற விட்டார் யாரோ... இதன் இணையான பூட்டு வீட்டிலோ... எதனைப் பற்றி நின்றது இந்த சாவி? எதன் சொந்தம் இது?

சாவியைக் குறித்து ஏதோதோ உளைதல்...

இந்தக் குட்டிச் சாவியை என்ன செய்ய?

கண்ணுற்ற தரை மீதில் ஒரு குழந்தையைத் தூங்கக் கிடத்துவதுபோல வைத்துவிட்டு எழுந்தேன்.

*

பிரபஞ்சத்தின் ஒரு தூசியினும் தூசி மனிதன்...

இருந்து விட்டுப் போகட்டும்.

ஆனால் அதிலொரு துக்கம் என்னவெனில்,

தூசி இது காலவெளிக்கு (limited in time and space) கட்டுப்பட்டே பறப்பதுதான்!

இதில் துக்கம் ஏன் எனில்,

இந்தக் காலவெளிக் கட்டுப்பாடு தான் 'சுயம்' எனும் மனமாயச் சிறையை உண்டாக்கி, உயிர்கள் மீதான பெருங் கருணைக்கு இடையூறாக நிற்கிறது.

இந்தக் காலவெளியைக் கடக்க மனிதத் தூசி என்ன செய்ய இயலும்?

நம் வேட்கைகளால் நிறுவப்படும் இந்த 'சுயம்' எனும் அதை நீங்குதல் மூலமே காலவெளியை இத் தூசி கடந்துவிட இயலும். உடன் 'நான்தூசி' பிரபஞ்சத்தில் கலந்து சுழலும்!

*

பௌத்த தம்மம் சொல்லும் உலக நியதி - வாழ்வின் தலையாய உண்மை இப்படி :

'புறச் சார்புடைமை' அல்லது 'சார்பு வழித் தோற்றம்' (Dependent origination) என்பதுதான்.

மேலும் உன்னத உண்மையாம் தம்மத்தின் படி, உண்மை என்பது,

உண்மை - "எது என்பதில்" அல்ல,
"எப்படி என்பதில்" தான் அடங்கியுள்ளது.

தனித்தன்மை (ஆன்மா) எதுவும் இல்லாமையும் சார்புடைமையும் சார்புடைமையை விளக்கும் இயற்கையின் விதிகளும்தான் உண்மை.

- பழுத்த பௌத்த அறிஞர் ஓ.ரா.ந.கிருஷ்ணன் அவர்களின், 'பௌத்த வாழ்க்கைமுறையும் சடங்குகளும்' எனும் நூலின் மறுவாசிப்பில் என்னுள் தொட்ட வரிகள்.

(காலச்சுவடு / முதல் பதிப்பு / ஆகஸ்ட் 2009)

*

முதல் பென்சில், முதல் சட்டை, முதல் நண்பன், முதல் சைக்கிள், முதல் புத்தகம், முதல் முத்தம் இத்தியாதிகளை மனிதன் நினைவுகூர்ந்து கொள்ளமுடியும்.

முதல் கண்ணீரை நினைவுகூர முடிந்தவன் காலப் போக்கில் எழுத்தாளன் ஆவான்.

*

ஆந்திரக் கர்னூல் அருகே மிக நீண்ட 'பிலம்' குகை போலும் அதன் வாயிலில் ஒரு அறிவிப்பு :

உள்ளே போனால் திரும்பி வர இயலாது. குகை முடிவில் உனக்கான திறப்பு வாயிலை நீயே கண்டுபிடித்து வெளியேற வேண்டும்.

துணிந்து இறங்கிய நண்பர்களுடன் நானும் இறங்கி விட்டேன்.

மனம் வியர்க்க இன்னும் போய்க்கொண்டே இருக்கிறேன்...

- என்பதான ஒரு ராக்கனவிலிருந்து இன்னும் விழித்தி லேன்.

*

குழந்தைகளுக்கான பொம்மைகளை வடிவமைப்பவர், குழந்தை மனசு கொண்டவராகத்தான் இருக்கக் கூடும்.

*

அப்பட்டமான அடிப்படைத் தேவைகள் தாண்டி, மனிதனுக்குத் தலையாய துன்பம் என்பது, தனக்குத் தானே அந்நியமாதல்தான் என்பது என் அனுபவப் புரிதல்.

Transformation & Healing (by Thich Nhat Hang) நூலின் மறுவாசிப்பில் எளிய ஆலோசனை ஒன்றைத் தெளிந்தேன்.

அது: தனக்குத் தானே அந்நியமாதலைப் போக்கிக் கொள்ள ஒரு வழி, நம் மனமானது நம் மூச்சைப் பின் தொடர்தல்தான்.

உடன் மனமே அது மூச்சாகி விடும்.

Conscious breathing is a marvelous way to return to ourselves - என்கிறார் - வியட்நாமிய கவிஞர், ஜென் மாஸ்டர், பௌத்த வியல் மேதை, சமூக மனித உரிமைச் செயற்பாட்டாளர் Thich Nhat Hang.

இந்த conscious breathing மூலம்,

(மனம் மூச்சாகிவிடுவதால் எண்ணம் எதுவும் குறுக்கிடாமல்) நாம் முக்கால எண்ணத்தில் மூழ்கி உளையாமல், நிகழ் கணத்தில் வாழ்வைத் தொடுதலால் உள்ளும் வெளியும் ஒன்றாகி அந்நியமாதல் நீங்கும் என சுவாசிக்கிறேன்.

*

"**ஒ**ன் டைம் கமிட்மெண்ட்தான் உன்னோட வாழ்க்கையா?"

"ஆமாம். அதையும் கமிட் பண்ண வெச்சது என் பெற்றோர்தான்."

*

துன்பம் நேர்கையில் வருந்தும் உள்ளம், துன்பம் நேராத போதாவது சந்தோஷமாக இருக்கிறதா? இல்லையே... ஏன்?

மீண்டும் துன்பம் நேருமோ எனும் அச்சம்தான்.

இந்த அச்சத்தை 'மனம்' எனும் 'காலம்' அல்லது 'காலம்' எனும் 'மனம்' தான் இடைவிடாமல் மீட்டுகிறது ...

இந்த மனம் - காலம் என்பதும் 'நான்' தானே?

இந்த 'மனம்' என்பதற்கும் 'நான்' - க்குமாக ஒரு சூட்சுமப் பிளவு வேடிக்கைதான்!

எனில் இந்த 'நான்' நீங்கினால்தான் நோதல் இலன் - என ஒரு 'மொழிப்பிராணி'யாக ஊருக்குச் சொல்கிறேன்.

*

ஏகதேசம் கடும் உடல் உழைப்பாளிகளுக்கு, மனநலக் கோளாறுகள் பொதுவாக ஏற்படுவதில்லை என்றே சொல்ல லாம். (படுத்தவுடன் தூங்கி விடுவார்கள்)

ஏழை படும் பாட்டில், மனசின் சொகுசுத் துயர் குறைவு தான்!

மிடில் கிளாஸ் மென்வகை உத்தியோகஸ்தர்கள், ஆசை அதிகாரங்களில் புழங்குபவர்கள், முழுக்கவே மனதால் மட்டுமே உறவுகளைக் கையாள்பவர்கள். ஆகியோரிடையே தான் மனநலக் குறைபாடுகள் பெரிதும் நேர்கின்றன.

*

'**ஆ**த்மா' எனும் பெயரில் ஆத்மா உண்டோ இல்லையோ என் சிற்றறிவுக்கு அது எட்டலை. உயிர் பிரியு முன் இச்சை எதுவும் மிச்சமிருப்பின் மறுபிறப்பு நிச்சயம் என நம்புவோமாக! மரபணுவின் மறுபிறப்பு!

*

நீண்ட நேரம் மாஸ்க் போட்டிருந்தால், காதைப் பிடித்து வாத்தியார் திருகுவது போல ஒரு உளைச்சல்!

*

நான் மனதைப் புசிக்கிறேன்...மனம் என்னைப் புசிக்கிறது! - என்றேன்.

எனில் கழிவு? - என்றொரு வெளிக் குரல்.

மூளையில் - என்றேன்!

'விறகு வெட்டிக்குக் காய்ச்சல் வந்தால், விறகால் அடிச்சால் போச்சு' - என்றொரு சொலவடை.

இதன் அர்த்தம் என்ன?

அங்கே உழைப்பே உணவு, உழைப்பே மருந்து என்ப தாகும்.

*

என்ன தான் சொல்லுங்கள், மூளையை முந்தி மனம் தான் ஆட்டுவிக்கிறது!

*

பொதுவாகச் சீருடைகளில் ஒரு கர்வமிடுக்கு தென்படும்; அழகு விறைத்து மருட்டும்.

ஆனால், ஒரு கூட்டமாகக் கூடி நிற்கும்போது, குழந்தைகள், செவிலியர்கள், தியாகப் போராளிகள் இவர்தம் சீருடை அணிவகுப்பு மட்டுமே தனி அழகு.

லௌகீகத்தையே சதா வெகுவாகச் சிலாகிக்கும் மனங்கள் எல்லாம் அணிந்திருப்பது, பொதுவான ஒரே வகை, நிறச் சீருடை!

*

முன்பு ஒருமுறை, தேனி - சின்னமனூரில் உயிர்நண்பர் பழனியுடன் மதியம் ஒரு மெஸ்சில், சாப்பிடும் பாக்கியம் கிடைத்தது.

தேனி மாவட்டத்திலேயே முதல் தரமான மெஸ் அது - என்றார். (ருசி விஷயத்தில் அவர் ஞானவான் என்றறிவேன்.)

அன்று அந்த மெஸ் உணவின் சுவை கொண்ட நான், பழனிக்கு, 'ருசி ஞானி' என மானசீகமாகப் பட்டம் கொடுத்தேன்!

கூடவே அன்று இன்னொரு அனுபவம்:

வாழை இலையில் சோறு. பாசிப்பருப்பு கலந்த கோஸ் பொறியல். கெட்டியான சிக்கன் குழம்பு. மீன் குழம்பு. நாங்கள் கேட்காமலேயே இலை மூலையில் ஆம்லெட் வைக்கப் பட்டது.

"இது... ஆம்லெட் கேட்கலையேம்மா" என்றேன்.

"இது... சும்மாப்பா... அதென்னாச்சுனா... இன்னிக்கி சேனைக்கிழங்கை, முந்திரி செலவுயெல்லாம் வறுத்துப் போட்டு அரைச்சு, ரெண்டாவது பொரியலா வெக்க, கறிச்சுக்கா மாதிரி செஞ்சேன். எறக்கி ருசி பாக்கறேன்... நாக்குல அரிச்சது. இவளுக்கும் அரிச்சது. வேறே ரெண்டு பேருக்கும் அரிச்சதா, அப்பிடியே கொண்டுபோய்த் தூர வெச்சிட்டேன். அதான் ரெண்டாவது காய்ப் பொரியலுக்கு பதிலா, இன்னிக்கு எல்லாருக்கும் ஆம்லெட்டை வெச்சிட்

டோம். என்ன கொழம்புன்னாலும் கேட்டு வாங்கிச் சாப்பிடுங்க."

அன்புப் பெண்டிர் கை உணவுக்கு அதீத ருசி.

*

எதையாவது தொலைப்பது என் இயல்பு. (பொருளுலக வதை அது.)

என்னைப் பொறுத்த வரையில், பொருள் பற்று நீங்குதலில் அது சேர்த்தி.

மனப் பற்றும் நீங்கும் மார்க்கம் லயித்தால் இந்தப் பிரபஞ்ச லீலையினின்றும் விடுதலை.

*

ஒரே 'பிள்ளை' யுடன் நிறுத்திக்கொண்ட இக்காலப் பெற்றோர், அந்தப் 'பிள்ளை' திருமணம் ஆகிப்போய், ஒரு பேரனையோ பேத்தியையோ தந்த பின்னும், தான் பெற்ற அந்த ஒரே 'பிள்ளை'க்குத்தான் எதிலும் முதன்மை தருவதைப் பார்க்கிறேன்...

'என்னிக்கின்னாலும் என் புள்ளதான் எனக்கு முதல்' எனும் பிடிவாத மனோபாவம்.

பேரனையோ பேத்தியையோ அது குழந்தை என்றும் பாராமல், இந்தச் சொந்தச் 'சேய்' பொஸஸிவ்னெஸ் கூடித்திளைக்கும் காலம் இது கண்டீர்!

யூனிட் யூனிட் ஆகச் சிதறிய குடும்ப அமைப்பு,

தனிவீடமர்த்திப் பெரும்நுகர்வுக் 'கலாச்சாரத்தை' வளர்த்து வருகிறது ஒரு பக்கம். கூடவே உறவின் மனதிலும் ஒரு கோளாறு.

இரண்டு பேர் சேர்ந்து, இருபது நிமிடம் இருந்தால் இங்கே கலகம். பொங்கி வரும் கங்கை உள்ளம் இனிக் காண்போமோ!

*

பொதுவாக எந்தப் பெண்ணுமே தன் வயதைச் சொல்லும்போது, ரெண்டு மூணு வருஷமாவது குறைத்துத் தான் சொல்லுவார். (உயிரியற்கையின் செல்லக் கட்டளை போலும் அது.)

நானானால் என் வயதில் ரெண்டு மூணு வருஷங்கள் கூட்டியே சொல்கிறேன். சீக்கிரமே தீர்ந்து போகணுமெனும் உட்கிடக்கை!

உட்கிடக்கை இருப்பின், தொடராது தீர்ந்துபோதலும் சாத்தியமில்லை. 'ஊழ் வழி இழுபட நேரிடும்' - என்கிறார்கள் சில மறை ஞானிகள்.

என்னமோ போகட்டும், இப்போதைக்கு 'சும்மா இருக்க லாம் சொல்லற.'

*

ஒரு கண்ணீர் அஞ்சலி போஸ்டரில் இடம் பெற்றிருந் தவர் செல்போன் பேசிக்கொண்டிருந்தார்.

*

பிரபஞ்சத்தின் சாரமாகிய தர்மச்சக்கரமே எங்கெங் கிலும் சுழலும் மையப்பேராற்றல் என்கிறது பௌத்தம்.

சமர் என்னவோ அதர்மத்துக்கும் அதர்மத்துக்கும் தான்... ஆனால் வேடிக்கை அங்கேயும் தோற்பது தர்மம்தான்!

வாழ்க்கை தற்செயல்களால் ஆனதல்ல - ஊழ் எனும் மாபெரும் வலையில் சிக்கி உழல்வது,

பாவபுண்ணியங்களின் தொடரே வாழ்வு,

ஆசைகள் நீங்காமல் செத்தால் மறுபிறப்பு உண்டு,

ஆத்மாவுக்கு அழிவில்லை - (அந்த ஒன்றுக்காவது அழிவில்லை!)

- என சில உணர்வுகளுக்கு அடங்கினால்தான் என்ன மனமே?

தர்க்கத்தால் ஒருபோதும் அமைதி மலர்ந்ததில்லை என்பது என் வாழ்வுணர்வு காட்டும் வழி!

விடாப்பிடியாக அறிவியல்பூர்வமான தர்க்க மனதைத் தான் கொஞ்சுவேன் எனில், மாற்றாக, மனிதன் தவிர்த்த அனைத்து ஜீவராசிகளுடன் நோக்கமற்ற நட்பு பேணி, உள்ளத்தனைய உயர்வான மாந்தரும், என்னைச் சுற்றி உலகிலுளர் எனவொரு உற்சாக மௌனத்தில் ஒடுங்கி உயிரே அமைதி என்றாகிப் போகிறேனே!

*

என் வாழ்வில் இப்போது நான் பயப்படுவதெல்லாம் பயந்தபடியே நிறைவேறுகிறது!

'பயம்' என்பதிலும் ஆசைதானே நிரம்பியுள்ளது - எதிர்மறை ஆசை!

எதுவாயினும் 'பற்று' என்பதல்லவா துன்பம்!

அப்போ இன்பம்?

எதையும் பற்றாமல் குட்டிக்கரணம் போடுவது!

*

ஒரு டீக்கடை வாசலில் மாலையில், 60 வயது மதிக்கத் தக்க ஒருவர், அரைமணி நேரமாக மொபைல் போனில் யாரையோ, படுசத்தமாக நான் இதுவரை கேட்டிராத கொடும் கெட்டவார்த்தைகளால் திட்டிக்கொண்டிருந்தார்.

இடை இடையே, 'வெய்டா போனை' என்று பத்துக்கும் மேற்பட்ட தடவை கத்தினார்.

பேசாமல் இவரே தன் போனை கட் பண்ணியிருக்க லாமே!

மனம் ஆளும் மனித நாக்கு!

1241.உச்சிவெயிலில் ஒரு டீக் கடைக்குள் இருவர்:

"அதுக்கெல்லாம் எனக்கு முகராசி வேணுண்டா."

"அதுக்கெல்லாம் உனக்கு உன்னோட உடம்பு ராசியே போதுண்டா மாப்ளே."

அகராசியைப் பற்றி யாருக்குத்தான் இங்கே கவலை!

*

வெற்றி தோல்வியுடன் ஆடும் எந்த விளையாட்டும் போதைதான்.

மாய உருவங்களோடு மனதால், சுட்டுத்தள்ளும் வன்முறையான 'பப்ஜி' சிறார் விளையாட்டோ தோற்கத் தோற்க முழு மூச்சில் தற்கொலை போதைக்குள் தள்ளி விடுகிறது.

*

மண்ணின் உயிர்ச்சுனையைத் தன்னில் தாங்கிய

முதன்மைப் படைப்பாளிகளில் ஒருவரான கண்மணி குணசேகரன் (இன்னொருவர் சு.வேணுகோபால்) அவரின் முகநூல் பதிவு:

'ஒரு விதை முளைவிடும் போது இந்த மண்ணுக்கு மற்றுமொரு கண் திறந்து கொள்கிறது.'

இதைப் படித்ததும் என் நினைவில் நின்று சுடரும் ஒரு அனுபவம் இது:

பிரசவ வார்டில், தான் தாயாகி மூன்றே மாதமான ஒரு செவிலியர் பணியில் இருந்தார்.

வார்டில் பிரசவித்த எத்திசைக் குழந்தையும் பசிக்குக் கதறுகையில், தன் மார்பகங்களில் பால் பொங்கிக் கசிந்து, வெண்சீருடை ஈரம் உலராது வெடவெடப்பாகியே இருக்கும் - என்று சொல்லிக்கொண்டிருந்தார் சக செவிலியிடம்.

அப்போது நான் வரிகளில் நினைத்து கசிந்தேன் :

மண்ணில் அழுவதும் ஒரே குழந்தைதான்

மண்ணில் முலையூட்டுவதும் ஒரே தாய்தான்.

இன்னொரு நாளில் பிரசவ வார்டில், பிறந்த ஒரு குழந்தைக்கு மலத்துவாரமே இல்லை.

பெற்றவள் குழந்தையைப் போட்டுவிட்டு காணாமல் போய்விட்டாள். குழந்தைகள் அறுவை சிகிச்சை வார்டில், மருத்துவ சேவையில் தர்மம் பேணும் உயர்சிகிச்சை சர்ஜன் ஒருவர், குழந்தைக்கு குடல் மாற்றுவழி மற்றும் மலத்துவார உருவாக்கம் (colostomy & anoplasty) சிகிச்சைகளைப் படிப்படி யாகப் பல மாதங்கள் செய்து, குழந்தைக்கு ஓராண்டுகள் மருத்துவநலம் பேணினார்.

வார்டில் செவிலியர் உதவிப் பெண்பணியாளர், சேவை நிறைவுள செவிலியர் பலர், லேடி ஹவுஸ் சர்ஜன்கள், மருத்துவ முதுநிலைப் படிப்பு மாணவிகள், வார்டுபாய்கள் எனப் பலரும் அந்தக் குழந்தையைச் சீராட்டி வளர்த்தனர்.

பவுடர் டின் உணவுவகைகள், வண்ண வண்ண ஆடை கள், அழகுசாதனங்கள் என வாங்கிக் குவித்து, ஓராண்டும் தாண்டிப் பேணிக் காத்தனர்.

14ஆவது மாதம், அரசுப்போக்குவரத்துப் பேருந்து ஓட்டுநர் ஒருவர், அந்தக் குழந்தை பூரணியை, முறைப்படி

ஆட்சியர் அனுமதியுடன் தத்து எடுத்துச் சென்றார். ஆம், அந்தக் குழந்தைக்கு வார்டு வைத்த பெயர் பூரணிதான். (நான் மானசீகமாக பிரபஞ்சஸ்ரீ எனப் பெயர் வைத்தேன்)

இதே போல, அதே வார்டில் பிறந்த குழந்தை ஒன்றுக்கு, கால்கள் இரண்டுமே உள்நோக்கித் தாறுமாறாக வளைந் திருந்தன.

Clubfoot எனும் பிறவிக் கோளாறுடனான அந்தக் குழந்தையை, உடனேயே தத்தெடுத்தார் ஒரு செவிலியர். முழுமையான சிகிச்சை தந்து, கால்களைச் சீராக்கி, காலம் நகர கனிவில் வளர்த்து, கல்லூரிப் படிப்பு, பின் ஐ.டி வேலை யுடன், இன்று அந்தக் குழந்தை இனியதொரு இல்லற வாழ்க்கையில்...

'அர்த்தமில்லாதது வாழ்வு' எனும் இவ்வாழ்வின் மீதான சலித்த புகாரை அர்த்தமற்றதாக்கும் வகையில் சில மனிதர்கள்...

எழுத்தாளர் சேஷையா ரவியின் ஒரு சிறுகதைத் தொகுப்பு - முன்பு தமிழினி வெளியிட்டதன் பெயர்: இன்னும் மனிதர்கள்.

*

'**உ**னக்கென்னயா ராசா... அடிப்படைத் தேவைகளுக்கு மேலே அடைந்திருக்கிறாய்... உயிரைத் தக்கவைக்கவே உலகில் எண்ணற்ற ஜீவன்கள் போராடிக் கொண்டிருக்கும் இவ்வுலக வாழ்வில்... உன் மனப்பிரச்னையை நீ வெளியில் சொல்வதே நியாயமில்லை. நாவினால் சுட்ட புண் எனினும் அது ஒருவகையில் மனச் செல்லத்தின் மடி தேடுதல்தான்' என சமீபத்தில் ஒரு நேர்ப்பேச்சில் சொன்னார் என் ஆத்ம நண்பர்.

அது சரிதான் .

'எலையிலாக் கடலாமென்னிடம் உலகக் கப்பல் மனக்காற்றால் இங்கும் அங்கும் அலைகிறது. (அதனால்) எனக் கொன்றும் வருத்தமில்லை.' - அஷ்டாவக்ர கீதை

*

ரூ. 3 கோடி காப்பீட்டுத்தொகைக்காக, கணவனைக் காரில் வைத்துப் பெட்ரோல் ஊற்றி எரித்துக் கொலை செய்த மனைவி.

விபத்தில் காயமடைந்து, தனியார் மருத்துவமனையில் சிகிச்சை பெற்று வந்த 62 வயதான கணவனை, 42வயதான உறவினர் ஒருவர் உதவியுடன் காரில் அழைத்து வந்து, அவிநாசி - பெருமாநல்லூர் பொரசுபாளயம் பிரிவு அருகே காரை நிறுத்தி, காருக்குள் இருந்த கணவர் மீது பெட்ரோலை ஊற்றி எரித்துவிட்டனர் - 3 கோடி காப்பீட்டுத் தொகை பெறுவதற்காக.

கார் தானாகவே தீப்பற்றி எரிந்ததாக போட்டது நாடகம் எனத் தீவிர விசாரணையில் தெரிய வந்ததாக, தினமணி நாளிதழ் (ஏப்ரல் 9) செய்தி.

தீவினையார் அஞ்சார் விழுமியார் அஞ்சுவர்

தீவினை என்னும் செருக்கு - என்பது குறள்.

தீமை புரிவது என்பது கொடிய அகந்தைச் செயல். அதைச் செய்யக் கொடியவர்கள் அஞ்ச மாட்டார்கள். ஆனால் அறங்களில் சிறந்தவர்கள் அஞ்சுவார்கள் - இது கவி. மகுடேசுவரன் உரை.

காசு ஆசையால் அகந்தை நிரம்பினால், பிறர்க்குச் செய்யும் தீமை பிறரை அழிப்பதில்தான் போய் முடியும் என்பது இன்றைய நுகர்வுலகின் நடைமுறை யதார்த்தம் அல்லவா!

சாதிப்பெருமித ஆணவக் கொலைகள், பிறழ் காமக் கொலைகள், பொருள் கவரக் கொலைகள்... என எதிலுமே அடிப்படையில் 'அகந்தை' எனும் மாயப்பிசாசின் பங்கே அதிகம் - என்பது என் உணர்தல்.

*

உனக்கு நீயே மெய்யான ஆசான் - என்பார் என் ஆசான்!

அஷ்டாவக்ர கீதையில் ரெண்டு வரிகள் :

"மேனியால் எதனையுந் தொடாமலே தொன்று தொட்டுலகு தாங்கும் எனக்கு நிகர் சமர்த்தனெவன்? நானே நான்! என்னை வணங்குகிறேன்."

*

'**ம**னசு கேட்கமாட்டேங்குது' - என்று சிலசமயம் சொல்கிறாய். 'நீ உன்னையே கேட்கலை' - என்பதுதானே உண்மை!

நீ வேறு, மனசு வேறு என இருமையில் ஒளிந்துகொள் கிறாய்.

'நானும் மனதும் ஒன்றுதான்' - என்றுணர்வதில் எனக்கு என்ன பிரச்னை? மனதைவிட நான் பெரிய ஆள் என்றொரு அகந்தையா!

'மனம் மடிந்தாலே விடுதலை' என்பதில்,

'மனமாகிய நான்' உளவியல் ரீதியில் இறக்கணும், அதாகப்பட்டது பிம்பம் மடியணும்.

பிம்பம் நீங்க, மனதில் காலம் கரைந்து, உயிரியல்பு ஒன்றிலேயே கண விழிப்பின் சுடராகலாம்.

காரியங்கள் அது பாட்டுக்கு நடக்கட்டும்.

மனத்துக்கண் மாசிலன் ஆதலும் இவ்வழியே!

*

தீங்கெதுவும் செய்யார். இயலும்வரை நன்மையே புரிவார். ஆனாலும் நெருங்கிய அந்த நட்பின் / உறவின் உயர்வு மீது பொறாமை கொள்ளும் மனம்!

வீசப்படும் மனதின் சாத்தியக் கயிறு தொடும் எல்லைவரை 'தெரிந்தவர்கள்' யாவர் மீதூறும் பொறாமை! அம்பானி - அதானி போன்றோர் மீது வராது!

ஆதாம் மீது ஏவாளுக்குமே, ஏவாள் மீது ஆதாமுக்குமே பொறாமை - என அன்றிலிருந்தே ஒட்டிக்கொண்டது, இந்த அனுகூல சத்ரு எனும் நம் மனதில் மாசு!

தன்னையறியா மனிதன் எந்தத் தரத்திலுமே தரித்திர வான்.

தன்னை உணர்ந்தவனுக்குப் பிறரிடம் ஏங்க ஒன்றுமே யில்லை .

*

நடிக்கும் போதே பார்வையாளராகவும் இருக்கும் வித்தை புரியக் கடவாய் .

*

இமைக் கதவுகள் மூடிய இருள்வெளியில், திரை உயர, உடைந்த கண்ணாடி வளையல் துண்டுகளென படக்

காட்சிகள் - கனவுகள்.

*

சிலபேரை, குறிப்பாக சில பெண்களைக் கவனித்திருக்கிறேன், பிரச்னை எதுவுமே இல்லாத போதும், பிரச்னைக்கு தீர்வை எட்டியபோதும், 'ஆஹா...பிரச்னை ஒன்றுமே இல்லையே. அய்யோ... இனி நான் என்ன செய்வேன்' எனும் வெறுமையின் திருப்தியின்மையைப் புலம்பிப் புலம்பியே தூங்க மாட்டார்கள்.

வயிற்றுத் தீ அணையலாம்,
ஒருபோதும் மனப்புகை அடங்குவதில்லை .
நெருப்பு புலம்புவதில்லை,
புகைதான் புலம்புகிறது!

புலம்பலும் பழக்க மனநோய் - Obsessive Compulsory Disorder வகைதான்.

*

நானற்றபோழ்து விடுதலை, நானுற்ற காலை பந்தம் என்று விளையாடல் போலறிந்து எதனையுங் கொள்ளாது தள்ளாதிரு. - அஷ்டாவக்ர கீதை

*

தசரத மன்னனின் திருமுழுமை (Holistic) ஆளுமையைப் போற்றும் விதமாக, மகாகவி கம்பன் சொல்லும் வரி :

உயிரெலாம் உறையும் ஓர் உடம்பும் ஆயினான்.

மனிதர் தமக்குத் தெய்வீகக் காதல் எனினும் இரண்டு உடல் ஒரு உயிர் - என்றே சொல்வர்...

உயிரெலாம் உறையும் ஓர் உடம்பு - என்பது அண்டங் கடந்த ஆன்மீகம் அல்லவா!

ஒரு மகாகவி தானே இப்படிச் சொல்ல இயலும்.

*

தாய் - சேய் உறவில் மட்டுமே அகந்தை வெளிப்பாடு இருப்பதில்லை...

பின்னாடி அம்மா - மகள் என ஆகும்போது கொஞ்சம் அகந்தை தலைநீட்டுவதுண்டு.

*

கோவை மாநகரின் மத்தியில் தாழ்த்தப்பட்டோர் செறிவாக வாழும் பகுதியில், பிரசித்தி பெற்ற மாரியம்மன் கோவில் உள்ளது. ஆண்டுதோறும் கோடையில் திருவிழா வெகு விமரிசையாக நடக்கும். கோவிலினுள்ளே தேவந்திரன் கடவுளுக்குத் தனி சன்னதியுண்டு.

பொதுவாக கோவிலில் 'மடப்பள்ளி' அல்லது 'சமையற் கூடம்' என்று உணவு சமைக்கும் இடத்தைக் குறிப்பிட்டு எழுதிவைத்திருப்பார்கள்.

இங்கோ அது 'அமுதகூடம்.' என்று எழுதப்பட்டிருக் கிறது.

*

உனக்குப் பிடித்த பதிலை உன் மனசு சொல்லும் வரை நீயும் விடமாட்டாய், மனசும் விடாது.

பொதுவாகவே எதுக்குமே பதில் சொல்லாமல் இருக்கவே இருக்காது மனசு என்பதை நீ அறிவாய்தானே.

மனதை உதாசீனமாக்கு.

அண்ணாந்து பார். ஃபேன் இறக்கைகளில் தூசி படிந்திருக்கிறது.

தூசி துடைத்துவிட்டால் இறக்கைகள் துள்ளிக் குதித்தோடி ஒடி காற்றை அள்ளி அள்ளி வீசுமே... போ!

*

மழைப்பேறும் பிள்ளைப்பேறும் அந்த மகாதேவ னுக்கே தெரியாது - என்றொரு பழைய சொல்லாடல் உண்டு. இன்று, மரணப் பேறும்தான்!

சாவு என்பது ஒரு விபத்துதான் - அது ஏதொரு நாளில், உடலுக்கு வெளியேயும் நேரிடலாம், உடலுக்கு உள்ளேயும் நேரிடலாம்.

நாள்என ஒன்றுபோல் காட்டி உயிர்ஈரும் வாள் அது உணர்வார்ப் பெறின். - திருக்குறள்

நாள் என்பது என்றும் ஒன்றுபோலவே நம்முன் காட்சி யளித்து வந்து போகிறது. ஆராய்ந்து அறிந்தால் தெரியும் நாள் என்பது நம் உயிரை நம்மிடமிருந்து உரித்துக் கொண்டிருக்கிற வாள். - உரை: கவி. மகுடேசுவரன்

*

என் உடலைக் கண்டு நான் பயப்படுவதில்லை! உடலும் எதற்கும் பயப்படாதுதான்! உயிராற்றல் தடைப்படாமலிருக்க கொஞ்சம் சோறு போட்டுவிட்டால், உடலானது முழுமை யான தானியங்கி இயந்திரம்போல ஓடிக்கொண்டேயிருக்கும். பௌதீக, ரசாயன, மின்சார, மின்னணு முதலான அத்தனை அடிப்படைகளின் திறனோடும் செயல்படும்.

உடலுக்கு நோய் என்பது பழுதுதான். பழுது பார்த்தால் தீரும்.

'இந்த உடலே ஒரு நோய். நோய்க்கு ஒரு நோய் வந்தால் அது நல்லது தானே - எனச் சிரித்துக் கொண்டே சொன்னவர் பகவான் ரமணர்.

உடல் வலி எனில், 'வலி நிவாரணம் என்பது வலிதாங்கு தல்தான்' எனும் புரிதலோடு விட்டுவிடுகிறேன் - மீறிப் போனால் ஒரு pain killer!

ஆகக் கூடி, உடல் பற்றியோ, உயிர் நீங்குதல் குறித்தோ எனக்கொன்றும் துமி கூட விசனமே இல்லை!

ஆனால், இந்த நான் வளர்க்கும் மனக்குரங்கு படுத்தும் பாடுதான்... இந்த அகந்தை என்பதுதான் எண்ணங்களின் மூலம் என்கிறது ஆன்மீக தத்துவம்.

பற்றறுந்தால், அகந்தையின் மூலமான எண்ணங்கள் எழாது ஏகாந்தமுறலாம்.

பற்றறுத்தல் - எல்லையற்ற கருணை உள்ளத்தில் மாத்திரமே இது சாத்தியம்.

*

உறவுகளில் லௌகீகப் பேச்சு என்பது வெற்றிலை பாக்கு போடுவது போலத்தான். உண்மையெனும் சுண்ணாம்பு அளவோடு இருக்கணும், இல்லையெனில் வாய் வெந்து போகும்!

*

'**நீ**யெல்லாம் ஒரு ஆளுன்னு, வேலையைக் கெடுத்துட்டு உன்னைப் பார்க்க அவர் இவ்வளவு தூரம் வரணுமா? அவரை வர வேண்டாம்னு சொல்லிட்டேன்' - என்று என் முகத்திற் கெதிரே சொன்னார் என் நெருங்கிய நண்பர். கல்தடுக்கித் தடுமாறினாலும் மல்லாக்க விழுபவனன்றோ நான்.

லேசாக மனம் சிராய்த்தாலும், சற்று சுதாரித்துக் கொண்டு, அவர் 'ஆள்' எனச் சொல்வது ஒரு பிம்பத்தைத் தானே, எனச் சமாதானமானேன். ஒருவருக்கு பிம்பம் என்பது அவர்தம் நிழல். நிழல் தடுக்கி யாரும் விழுவாரோ!

கனவில் வாங்கிய அறைதலுக்கு கண்விழித்துக் கன்னம் தடவுவார் உளரோ!

*

பூரணமாய்ப் பழுத்த ஒரு சப்போட்டாப் பழத்தைப் பிட்டேன். உள்ளே நெளிந்தது செம்மண் நிறத்திலொரு குறும் புழு. பிட்ட பழத்தை மூடி அப்படியே பத்திரமாக வாசலி லொரு மூலையில் வைத்தேன் - அதன் உணவு அதற்கு.

*

ஈயும் பீயும் போல, அந்தத் தம்பதியரின் உறவென்றால் அருவருப்பாக இருக்கிறதா?

உண்மை சுடுவதுபோல குமட்டவும்தான் செய்யும்!

அடிமையாக்கும் அளவுக்கு மனைவியானவள் அன்பைப் பிரயோகிக்கும் அந் நடுங்கும் தாம்பத்தியத்தையும் காண்கிறேன்.

கணவன் போர்த்திக் கொள்ளும் போர்வை மீது கூட, பொறாமை பேணுமளவு பொசஸிவ்னஸ் - பித்தாக்கிரமிப்பு கொண்டதோர் முதிய மனைவியைக் கண்டதுண்டு!

பித்துள் பற்று.
பற்றுள் பயம்.
பயத்துள் நுண்ணதிகாரம்.

அன்புக்கு நான் அடிமை - என்பது ஒரு வன்முறை வரி!

*

மனம் சும்மா இருக்க முயன்றாலும், 'உளறு'வென வாய் தூண்டிவிடுகிறது!

*

நுண்ணுயிரியல் மற்றும் நச்சியல் துறை விஞ்ஞானியும், பௌத்தவழி மெய்ஞானத்தேடல் சார்ந்த நூல்கள் பல எழுதி யும், தேடலில் நொடியும் அகலாது பயணிக்கும், இலக்கிய

எழுத்தாள நண்பர் வி.அமலன் ஸ்டான்லியை நேரில் சந்திக்கும் அரிய வாய்ப்பை சமீபத்தில் அவர் அருளினார்.

பௌத்த திருமறை நூல் ஒன்றை அன்பளிப்பாகத் தந்தார் : குத்தக நிகாயம் (நூல் 5) சுத்த நிபாதம்.

தமிழாக்க நூல் அது.

தமிழ்நாடு பௌத்த சங்கம் - மெத்தா வெளியீடு - நவம்பர் 2017.

எளிய நடை என்பதால், நூலை ஒரே நாளில் முழுக்கப் படித்தேன். (பௌத்தப் பேரறிஞர் ஓ.ரா.ந கிருஷ்ணனின் உள்ளத்தெளிவு, தெள்ளத் தெளிவான தமிழ் உரைநடையில் இருக்கும் - அமலன் ஸ்டான்லியினதைப் போல)

நூலிலிருந்து இரண்டு அருளுரைகள் :

"எந்த வழியில் விழிப்புணர்வோடு இருந்து ஒருவர் மன ஓட்டத்தை நிறுத்துகிறார்?"

புத்தர்:

அகத்திலே அல்லது புறத்திலே எழுகின்ற உணர்விலே மகிழ்ச்சி கொள்ளாமல், விழிப்புணர்வோடு இருந்து, எழுகின்ற உணர்வு எதுவும் அகத்திலே நுழைந்து எண்ணங் களையும் வேட்கைகளையும் தூண்டவிடாமல் உணர்வை உணர்வாக நிறுத்தி வைப்பதே, தூண்டவிடாமல் புறக்கணிப் பதே மெய்யறிவு; இந்த வழியில் விழிப்புணர்வோடு இருந்து ஒருவர் மனஓட்டத்தை நிறுத்துகிறார்.

*

எல்லாப் புலனின்ப வேட்கைகளிலிருந்தும் விடுபட்டு, எதையும் பற்றிக்கொள்ளாமல், சூன்யம் என்கிற உணர்வைத் தவிர அனைத்தையும் கைவிட்டு உச்சஉயரிய சூன்ய விமோசனத்தில் நிறைவு பெறுகிறவர்; அந்த நிலையில் அவர் எதனாலும் பாதிக்கப்படாதவராக இருக்கிறார்.

*

வேட்கை : பாலி மொழியில் தண்ஹா எனப்படுவது .தண்ஹா என்றால் நுகர நுகரத் தணிவுறாத பேராசை, மேலும் மேலும் வேண்டும் பேரவா, பெரும் வேட்கை.

ஒவ்வொரு மனிதரின் உள்ளீடாக இருந்து இயக்கும் வேட்கைகளைப் பௌத்தம் மூன்று வகையாகப் பகுத்

தாராய்ந்து காட்டுகிறது :

பவ தண்ஹா (வாழ வேண்டும், இப்படியாக வேண்டும் அப்படியாக வேண்டும்),

காம தண்ஹா (இந்த இன்பங்களைத் துய்க்க வேண்டும், அந்த இன்பங்களைத் துய்க்க வேண்டும், காமம்),

விபவ தண்ஹா (துன்பம் தருபவற்றை அழித்துவிட வேண்டும் என்கிற வேட்கை)

- பௌத்த திருமறை நூல் - குத்தக நிகாயம் (நூல் 5)
சுத்த நிபாதம்.

கடைசி வேட்கை தான், பயங்கரம், அகந்தையின் இரை!

*

ஆசையால் சுழலும் அத்தனை பற்றுகளினின்றும் நீங்குதல் சுலபமாகத் தெரிகிறது. ஆனால், இந்த 'நினைவுப் பற்று' ஒன்றே நொடியும் விலக்கவியலாமல் துன்புறுத்துகிறது.

நினைவுப்பற்று என்பதனுள்ளும் 'ஆசை' ரகசியமாகச் சுழலுகிறதோ!

மனக்கடிகை இயக்கத்தை நிறுத்தினாலொழிய நினைவுகள் சொட்டுதல் நிற்காது.

நினைவுப்பற்று அது விரும்பாமலேயே வந்து ஒட்டிக் கொண்டு ஆட்டுவிக்கிறது!

*

தூக்கத்திலாவது அமைதியாக இருக்கலாம் என்றால், தூக்கத்துக்குள்ளும் புகுந்ததென் நடமாட்டம்!

*

மனிதன் பெரும்பாலும் பழக்கத்தால் வாழ்கிறான் இதில் வெற்றுப் பழக்கமும் நிறைய. தொற்றிய பழக்கம் கூட அது பெரும் பற்றாகும்.

*

லௌகீக உலகில் சில சமயம் சிலவற்றில் பயம் நல்லது! பய நாணயத்தின் மறுபக்கம் முன்னெச்சரிக்கை!

*

கணம் கணமாக - moment by moment என்கிறோமே, ஒரு கணத்துக்கும் இன்னொரு கணத்துக்கும் இடைவெளியே இல்லையா? காலத்தின் அதீத நுண் குறுக்கத்துக்கு கணம் தான் அளவா? இல்லை, சூன்யமா காலத்தின் அதீத நுண் குறுக்கம்? - எனில்

காலமே இல்லை!

- என்பதில் ஒரு ஆனந்தம்!

*

சமீபத்தில், நாக்பூரில் ஒரு சம்பவம் :

அங்குள்ள இந்திராகாந்தி அரசு மருத்துவமனையில், உயிரோட்டத்தில் அறுபது சதம் ஆக்ஸிஜனே இருந்த நிலையில், நாராயண் பாபு ராவ் தபாத்கர் எனும் 85 வயது முதியவர் சிகிச்சைக்காக 'பெட்'டில் அனுமதிக்கப்பட்டார்.

அதே மருத்துவமனைக்கு வந்த 40 வயதுக் கோவிட் நோயாளி ஒருவர் தீவிர சிகிச்சை தேவைப்பட்ட நிலையில், படுக்கை கிடைக்காமல் தவித்தார். அவரது மனைவியும் குழந்தைகளும் கதறியதைக் கண்ட, முதியவர் நாராயண் பாபு ராவ், தனக்குப் படுக்கை வேண்டாம் - அழுது தவிக்கும் அந்த குடும்பஸ்தனுக்கு தரவும் எனச் சொல்லி, தனது சொந்தக் குடும்ப உறவுகளின் கட்டளையையும் மீறித் தன் சிகிச்சைப் படுக்கையை தானமிட்டு விட்டு வீட்டுக்கு வந்தார்.

'நான் என் வாழ்வை முழுவதும் வாழ்ந்து விட்டேன். ஆனால் அந்த 40 வயது மனிதருக்குக் குடும்பம் உள்ளது, அவருக்குச் சிகிச்சை இல்லையெனில் அவர் மனைவி, குழந்தைகள் அநாதையாவார்கள், என் படுக்கையில் அவரை அனுமதியுங்கள்' என மருத்துவர்களிடம் வேண்டி, தன் சொந்த விருப்பில் வெளியேறுவதாகக் கையெழுத்துப் போட்டுவிட்டு அங்கிருந்து முதியவர் விடைபெற்றார்.

மூன்றாம் நாள் இறந்துபோனார்.

இலக்கிய ஞானி தால்ஸ்தோய் சொன்ன மரணம் குறித்த ஒரு வரி நினைவில் ஊர்ந்தது:

'பார்க்க எதுவுமில்லை என்றால் விளக்கை அணைக்க வேண்டியதுதானே.'

பி.கு : மேற்சொன்ன செய்தி, மோடிமீடியாவின் சங்கிப்

பாதசாரி

புரளி என்கின்றனர் ஒரு சாரார்.

இது ஒரு 'நன்மை பயக்கும் நல்லபுரளி' தானே. இருந்து விட்டுப் போகட்டுமே. புனைவெனினும், இலக்கிய ஞானியின் வைரவரிகளுக்கு நியாயம் கூட்டுகிறதன்றோ!

*

கோவிட் கால, இன்னொரு கருணைச் சம்பவம் :

கோவை சிங்காநல்லூரில் உள்ள இ.எஸ்.ஐ மருத்துவ மனை, கரோனா சிகிச்சைக்கான சிறப்பு மருத்துவமனை. 600க்கும் மேற்பட்ட படுக்கைகளுடன், குளிர் சாதன வசதியுடன் இயங்குவதால், அங்கு மின்விசிறிகள் இல்லை.

கரோனா காலத்தில் குளிர்சாதனம் பயன்படுத்தப் படாது என்பதால் கோடைவெப்பத்தை கரோனா நோயாளி கள் சமாளிக்க 300 மின்விசிறிகளை அரசு வழங்கியது.

எஞ்சிய படுக்கைகளுக்குத் தன்னார்வலர்களிடம் தானம் கோரியது நிர்வாகம்:

'தன்னார்வலர்கள் மின்விசிறிகள் வழங்கலாம், கோவிட் காலம் முடிந்ததும், விரும்பினால் திரும்பக் கழற்றிக்கொண்டு போகலாம்.'

இந்தச் சூழலில், தன் நகையை 2 லட்சத்து 20 ஆயிரம் ரூபாய்க்கு அடகுவைத்து, ஒரு பெண்மணி 100 மின்விசிறி களை இந்த மருத்துவமனைக்கு நேரில் கொண்டு வந்து விட்டார்.

"வேண்டுமானால் நான்கைந்து மின்விசிறிகள் மட்டும் அன்பளிப்பாகக் கொடுங்கள். கஷ்டப்படும் சூழலில், நகையை அடகு வைத்து கொடுக்க வேண்டாமே' என மருத்துவமனை டீன் எவ்வளவோ எடுத்துச் சொல்லியும் பிடிவாதமாக நூறு மின்விசிறிகளையும் ஒப்படைத்துச் சென்றனர் அந்தத் தம்பதியர்.

'கொடைமடம்' எனுமொரு புனிதச் சொல்லை நினைத்துக்கொண்டேன்.

*

உலகம் முழுவதும் பரவலாக இப்போது mindfulness தியானம் பிரபலமாகிக் கொண்டிருக்கும் நிலையில், கோவையில் ஒரு தகர விளம்பரத்தில் கண்டேன்: Heartfulness

Meditation. இனி அடுத்தது Soulfulness தானோ!

*

எட்டுத் திக்கும் மரணமெனும் வாழ்வின் நிலையாமை சூறாவளியாகச் சுற்றிக்கொண்டிருந்தாலும், மனிதனின் அடிப்படைச் சிறுமைக் குணங்கள் மாறுவது அரிதினும் அரிதாக இருக்கிறது - ஆபத்தில் நல்லோர் அபூர்வம்!

தங்கள் உயிரில் மட்டும் கவனம், அகங்காரம், அதிகாரம் உயிர்காக்கும் மருந்தைப் பதுக்குதல் - கள்ளச்சந்தை - உயிர் காக்கும் மருந்தைக் கொள்ளை லாபத்தில் விற்பது, மருத்துவக் கருவிகள் நூறுசதம் அதிகரிப்பு விலை, தனியார் மருத்துவ மனைகளின் சிகிச்சைக் கட்டணக் கொள்ளை, போலி ஆக்ஸிஜன் சிலிண்டர், போலித் தடுப்பூசி மருந்து, போலி சிகிச்சை மருந்து (ரெம்டெசிவிர்), கரோனா இல்லை எனப் போலிச் சான்றிதழ்... என வழக்கம் போலான இழிசெயல்கள், கூடவே compassion அற்ற, பயத்தைப் பணமாக்கும் பேராசைச் சுயநலக்காரர்கள் எனச் சுற்றிச் சுற்றி அதர்ம வாழ்வு.

வெளியிலிருந்து மனிதனுக்குக் கற்றுணர ஒன்றுமே இல்லை போலும். மரணத்தையும் நாணச் செய்வான் மனிதன்!

*

எந்தப் புனைவும் உண்மையனுபவத்துக்கு நிகரல்ல என்பது உண்மைதான்.

ஆனால், அனுபவிக்க வாழ்க்கை அது அள்ளித் தருவதிலும் புனைவும் கலந்தே இருக்கிறதே!

வாழ்க்கையையா நடத்துகிறான் மனிதன்...

ஓரங்க நாடகத்தைத்தானே உறவுகளில் நடத்துகிறான்!

*

நாம் நேசிப்பவர்களை விடவும், நம்மை நேசிக்காதவர்களை நோக்கியே அதிக நேரமும் நம் மனம் செல்வதேன்!

விருப்பு - வெறுப்பு கடந்துவிட்ட 'இரண்டின்மை'யில் தான் நேசம் பூர்த்தியாகும்.

*

மனிதனின் தூக்கக் கனவுகள், மனத்திரையில் நகரும்

காட்சிகளில் யதார்த்தம் பங்கமாகித் துல்லியமிருப்பதில்லை.

நனவுகளில் மட்டும் அவனுக்கு யதார்த்தம் பிசகாமல் துல்லியமாகவா உள்ளது?

யதார்த்தம் என்பதே மனிதனில் பிசிறுற்றது தானே!

பிறகு பிறகு பிறகென இல்லாத சிறகுகளை விசிறி யடித்துத் துடிக்கும் மனதில், பிசகித்தான் நகரும் பேருண்மை அதன் துல்லியம்.

*

பொறாமையெனும் மாசுஆவி பற்றி இனி எழுதலா காது என்றிருந்தேன். ஆனால் அந்தப் பிசாசு எனக்குள்ளிருந்து இறங்கிப் போகமாட்டேன் என்கிறதே...

மனிதன் பிறனின் எந்தவொரு தகுதியையும் பார்க்காமல், பிறனிடம் கொள்வதென்பது ஒன்றே ஒன்றுதான் - அது, பொறாமை!

*

நினைவுகளின் நிழல்களோ சொற்கள்?

ஒரு புதுச் சொல் கூட நம் நினைவின் ஈரம் பட்டுத் தான் தோன்றும் - எனத் தோன்றுகிறது எனக்கு!

'மொழியே மனம்' - என்கிறது நவீன சிந்தனை.

எனவே 'சொல்லற' - எனில் நினைவற என்றாகிறது...

*

வாழ்க்கையின் சாரம் என்பது,

மனம் எனும் மொழி எனும் பேச்சில்தான் அடங்கி யுள்ளது...

நெருங்கியவர் இறந்துவிட்டால், அவர் அருகிருந்து கதறுபவர்,

'அய்யோ... பேசுப்பா/பேசுமா / பேசுண்ணா/தம்பி பேசுடா / எனவும் அப்பாவை /அம்மாவை /அக்காவை / அண்ணனை /தம்பியை... பேசச் சொல்லுங்க... பேசச் சொல் லுங்க... எனச் சுற்றி நிற்பவரிடம், இழந்தவர் கண்ணீர் வழிய முறையிடுவர்.

இருக்கும்வரை இன்னாது கூறாமல், இனியவை பேசுவோம்.

*

'புரிந்து கொள்ளுதல்' என்பது தன்னைத் தானே ஈவிரக்கமின்றி விசாரித்துக் கொள்ளுதல்.

சுய புரிந்து கொள்ளுதலே ஞானம்.

ஜே.கிருஷ்ணமூர்த்தி உரைகளில் அதிகமும் பயன்படுத்திய ஒரு வார்த்தை: you understand?

*

ஒன்றை உண்மையென நினைத்து அதையே நாம் பற்றிக் கொண்டால், உண்மை நேரில் வந்து நம் கதவைத் தட்டினாலும் நாம் கதவைத் திறக்கமாட்டோம்.

விசயங்கள் நமக்கு வெளிப்பட அவற்றைப் பற்றிய கருத்துகளை நாம் விட்டுவிடத் தயாராக வேண்டும்.

- வியட்நாமிய பௌத்த துறவி, திச் நாட் ஹஞ்.

*

காரணமற்ற உற்சாகம் குழந்தை இயல்பு. காரணமற்ற சோர்வு, வளர்ந்த மனிதன் இயல்பு.

மேலும், காரணமற்ற சோர்வுக்கான காரணத்தைக் கண்டறியும் ரகசிய பலவந்த முயற்சியே, அந்த காரணமற்ற சோர்வுக்குக் காரணம்!

(பி.கு : காரணத்தாலோ காரணமின்றியோ எதனாலுமான சோர்வை, நற்பணி மூலம் விலக்குவேன் - என்கிறார் தமிழின் சிறந்த படைப்பாளிகளில் ஒருவரான கோ.கமலக் கண்ணன்)

*

சிகரெட் பிடித்தல் ஒரு பழக்கம். சிகரெட்டை பிடிக்காமல் விட்டுவிடுதல் இன்னொரு பழக்கம்!

*

தனக்குத் தானே பேசிக்கொண்டு, மழலை மெய்மறந்து பொம்மைகளுடன் விளையாடுகிறது...

அருகில் ஒருக்கழித்துத் தாய் தன் இடக்கைமீது சலைவாய் ஒழுக உறங்குகிறாள்...

விளையாட்டில் மும்மரப்பட்டிருக்கும் குழந்தை, அம்மாவை பலவந்தமாக ஒருபோதும் எழுப்பவில்லை...

நான் உறங்கையில் கனவுகளுடன் விளையாடும் மனமே, நீ ஏன் என்னை எழுப்பித் தொலைக்கிறாய்?

நீ ஒரு ராட்சதக் குழந்தை! சதா காலபூதகியின் மார் கவ்வித் திரியுமொரு மகா பிடிவாதி!

*

எண்ணங்கள் அலை அலை அலையாக வீசிக்கொண் டிருக்கின்றன.

விடுங்கள் அவை வீசிவிட்டுத் திரும்பிப் போகட்டும்.

எந்த ஒரு எண்ண அலைக்கும் சாட்சியாய் நின்றால் போதும், உணர்வோடு ஒரு எண்ணத்தை கலக்கி அடையாளப் படுத்திக்கொள்ளாவிடில் எண்ணத்தால் துன்பமில்லை. அலையைப் பற்றும் யத்தனத்தில் யாரே விரைவார்! தாமாக எழுந்த அலை தானே போகும்!

*

37 ஆண்டுகளுக்கு முன்பு, (1983 இல்) கவிஞர் பிரம்மராஜன் நடத்திய 'மீட்சி' இலக்கிய இதழ் (16ல்) காசி என்றொரு கதை எழுதினேன். அதில் இந்த வரிகள் :

"கடவுள் நம்பிக்கை உண்டா?"

காசியே பதில் சொன்னான் "இல்லே சாமி. ஆனா கடவுள்'னு ஒருத்தர் இருந்தாக்கூட பரவால்லேன்னு தோணுது சாமி."

இன்றைய நிலையில், கடவுள் 'எல்லாம் இருக்கவே முடியாது. அப்படியே இருந்தாலும் பூமியில் உயிர்களிடம் அவருக்கு ஒரு வேலையும் இல்லை என்றே எனக்குத் தோன்றுகிறது!

பேரிடர் பெருகிப் பிணி வரினும் உன் சீருடை அல்லால் சிந்தை செய்யேன் - என இன்று எவராலும் பாடமுடிய வில்லை...

பௌத்த அறிஞர் ஓ.ரா.ந.கிருஷ்ணன் அவர்களின்,

பௌத்த வாழ்க்கைமுறையும் சடங்குகளும் (காலச்சுவடு), பௌத்த பாவனை - மனவள தியானப் பயிற்சிகள் (மெத்தா பதிப்பகம்) ஆகிய இரண்டு நூல்களின் வாசிப்பு வழி கோர்த்த ஞான வரிகள் இதோ:

என்றும் மாறாது நிலைத்திருக்கும் உண்மை என்பது எந்தப் பொருளிலும் இல்லை. ஆகவே "எது இருக்கிறது" என்பதில் உண்மையைக் காட்ட முடியாது." எப்படி இருக்கிறது" என்பதிலேயே உண்மை அடங்கியிருக்கிறது.

நிலையாமை ஒன்றே வாழ்க்கையின் மாறாத நிலையான உண்மை. தானாக வாழும் தானாக இயங்கும் தனித்தன்மை எந்தப் பொருளிலும் இல்லை. ஒவ்வொன்றும் மற்றவற்றைச் சார்ந்தே காரணங்களாலும் சூழ்நிலைகளாலும் ஆதரவுகளா லும் எழுகின்றது, இருக்கின்றது, மறைகின்றது. இவ்வாறாக சார்புடைமை (Dependent origination) என்று புத்தர் போதிக்கும் தத்துவம்தான் உலகின் நியதி, வாழ்வின் தலையாய உண்மை...

தனித்தன்மை (ஆன்மா) எதுவும் இல்லாமையும் சார்புடைமையும் சார்புடைமையை விளக்கும் இயற்கை விதிகளும்தான் உண்மை.

நிரந்தரமான வாழ்வும் இல்லை, வாழ்வே இல்லாமல் நிரந்தரமான அழிவும் இல்லை. இருப்பது இந்த இரண்டு எதிர்முனைக் கோடிகளையும் தவிர்த்த, இரண்டுக்கும் இடைப் பட்ட, ஒன்றையொன்று சார்ந்து ஒன்றுக்கொன்று ஆதர வாகச் சார்புவழி எனும் வாழ்வையே - நடுவழியை (மத்யமா பிரதிபத்)யே உண்மையாகக் காட்டுகிறார் புத்தர்.

"உலகம் சூன்யம், உலகம் சூன்யம் என்று கூறுகிறார் களே, பகவரே, ஏன் சூன்யம் என்று கூறப்படுகின்றது?" என்று ஆனந்தர் கேட்கும் கேள்விக்குப் புத்தர் பதிலிறுக்கிறார்:

"ஆனந்தரே, உலகத்தில் எதிலும் மாறாது என்றும் நிலைத்திருக்கும் சாரமான பொருள் எதுவும் இல்லை, உள்ளிருந்து ஆளுமை செய்து கட்டிக் காக்கும் ஆன்மா எதுவும் இல்லை. சாரமான பொருள் எதுவும் இல்லாமல் இருப்பதாலேயே உலகம் சூன்யம் எனப்படுகின்றது " (சம்யுத்த நிகாயம் IV.54)

எனவே இல்லாத 'நான்' ஐப் பற்றி - இல்லாத 'கடவுளை'ப் - பற்றிப் பொல்லாத துயர் எதற்கு! பேரியற்கை யின் பேராற்றல் விதிகளோடு உருண்டோடும் உலகு

உன்னோடு!

*

பசி, காமம் இரண்டும்தான் வெறும் பழக்கத்தில் சிக்காத, எதைக்கொண்டும் மாற்றாகத் திசைதிருப்பிக் கொள்ள முடியாதவை!

பசியும் காமமும் இயற்கையின் உயிர்ப்பாடுகள்.

மீதி எல்லாம் பழக்கப் பற்றின் பொறியில் சிக்கிக் கொள்பவைதான்!

பசியானது இறுதிமூச்சுக்கு முன்னால் வரை கூடவே வரும்.

இறுதிவரை மனத்தடத்தில் உருண்டு வரும் காமம், தலை நிமிராமல், குரைக்க முடியாமல் குரைத்துப் பார்க்கும்!

*

"என்ன திடீர்னு தாடி வுட்றிக்கீங்க! வேண்டுதலா... எந்தக் கோவில்?"

"எமன் கோவில்."

*

நல்லடக்கம் என்பது வாழும்போதே அடக்கமாக இருப்பதுதான்!

'அடங்க மறு' - என்பது சமூகநீதிச் சொல்லாடல்.

அக நீதிக்கோ அடக்கம்தான் இருள் போக்கும் .

*

வாழ்வின் புதிர், நம்மைப் பெரும்பாலான தருணங் களில் open ended conclusionக்கே நெருக்கி விடும்...

துயரத் தேர்விலும் IT? or THAT? - இதுவா? அதுவா? - என்றே கேட்கும்! அப்போதைக்கு முடிவெதுவும் எடுக்காமல் Letting go... நீர்வழிப்படூம் புணை... எனப் போகவேண்டியது தான்!

*

தொட்டியில் செடி என்பதே குழந்தையைக் கட்டிப் போடுதல் என்பது போலத்தான். தூதுவளைத் தொட்டிச்செடி

யில் ஒன்றைக் கவனித்தேன். உயரும் சன்னத் தண்டின் கணுக்களுக்கிடையில் கூரிய முட்களுண்டு. கொஞ்சம் வளர்ந்த அகல இலைகளின் முதுகிலும் முட்கள் உள்ளன. ஆனால் பிஞ்சுக்குழந்தை இலைகளில் முட்கள் இல்லை!

*

திடீரென ஒரு விசித்திரக் கேள்வி ஒன்று உள்ளே தோன்றியது: தொடுவானத்தை உண்மையில் தொடமுடியுமா?

*

மொழி தீண்டாத ஒரு எண்ணமும் இப்போது தோன்றுவதில்லை. மொழி எனக்குத் தாய்ப்பாலோடு புகட்டப்பட்டது. மொழி என்னுள் புகா முன்னர், எனக்கு எண்ணம் என எதுவுமே இருந்திருக்காதோ! அப்போது வெறும் உணர்வு மட்டுமோ?

வளர வளர எண்ணமே மொழி அல்லது மொழியே எண்ணம் என்றானது. இப்போதும் ஒன்றும் கெட்டுப்போக வில்லை,

சொல்லற சும்மா இருத்தலில் குழந்தையாகி விடலாம்!

*

பொருள் இல்லார்க்கு இவ்வுலகம் இல்லை - சரிதான் ஐயனே...

அதிலும் இன்றைய உலகில் மனிதன் அதிகமும் உணவுக்கான பொருட்களால் வாழ்கிறான் ஆசானே!

பழக்கத்தில் சேராத உயிரியல்பு பசி.

ஆனால் ருசியோ புழக்கத்தில் சேரும், பீடிக்கும் ஒரு பழக்கம்!

பசியோ முற்றும் வாதை. ருசியோ சற்றே போதை!

*

ஒரு முதுமொழி : செய்வதற்கு எதுவும் இல்லாதவன் தீங்குகளைச் செய்ய ஆரம்பிப்பான்.

*

விவேகமான பேச்சுக்குள்ளும் ஒரு அசட்டுத்தனம் இருக்கக்கூடும்.

அசட்டுத்தனமான பேச்சுக்குள்ளும் ஒரு விவேகம் இருக்கக் கூடும்.

பேசுவதில் வீண் பெருமை கொள்ளற்க.

*

மரணம் - வாழ்வின் நிலையாமை பற்றிய 'சுரணை' எதுவும் மனிதனை, குணரீதியில் எக்காலத்திலும் மாற்றி விட்டதாகத் தெரியவில்லை...

எந்தச் சூழ்நிலையிலும், எதை இழந்தாலும் அவன் தன் அகங்காரத்தையும் அற்பத்தனத்தையும் விடத் தயாரில்லை.

இன்றும் நாட்டில், தெருவில், வீட்டில் எங்கும் மனித சிந்தையில் மாறாத ஒரு சின்னத்தனம் உலவுகிறது.

*

புத்தர் பிறந்ததும், மெய்ஞானம் கண்டு நிப்பான நிலை அடைந்ததும், பரு உடலை நீத்துப் பரிநிப்பானம் எய்தியது மான மூன்று நிகழ்வுகளும், வைசாகப் பௌர்ணமி தினத்தில் தான் நிகழ்ந்தது.

தீமை செய்வதைத் தவிர்

நன்மையே செய்து அனைவருக்கும் உதவு.

தியானத்தால் மனதைத் தூய்மைப் படுத்து - இதுவே புத்தரது போதனைகளின் சாரம்.

*

இன்று யதேச்சையாக வழியில் என்னைச் சந்தித்தேன். அந்த 'என்' புன்னகையுடன் என்னிடம் கைகுலுக்கி விட்டுக் கேட்டது:

'நல்லாயிருக்கியா... இப்ப பரவாயில்லையா... உனக்குப் பொறாமைக் காய்ச்சல் கொறஞ்சிருக்கா?'

*

என்னை உனக்குப் பிடிக்கவில்லை என்கிறாய். அது நல்லதே. அப்போதுதான், என்னையே நீ நினைத்துக் கொண் டிருப்பாய்!

*

மனம் எப்போதுமே Default mode (நீடிக்கும் பழக்க ஆணை) படியே செயல்பட்டுத் தொலைக்கிறது! - இது வண்டித்தடப் பாதுகாப்பு போலும் மனதுக்கு! பாதுகாப்பில் இல்லை அக விடுதலை.

*

மீண்டும் மீண்டும் பொறாமை பற்றியே... மீளமுடியா எண்ணவுணர்ச்சி அல்லவா அது!

ஆண்கள் ஆண்கள் மீதும், பெண்கள் பெண்கள் மீதும் தான் அதிகமும் பொறாமைப்படுகிறார்கள்!

அய்யகோ! பாலினப் பற்று!

*

நான்கைந்து ஆண்டுகளாக, பகலிரவு பார்க்காமல் என் உறக்கத்தில் கனவுகள்... கனவுகள்... கனவுகள்...

அடுப்பில் பிரஸ்ஸர் குக்கர் தன் விசிலைத் தானே அடித்துக் கொள்கிறது போலுமே கனவுகள் என இப்போ தெல்லாம் கனவுகளை 'மைண்ட்' பண்ணுவதில்லை.

காலம் தீண்டித் தொண்டையில் தேங்கிய சஞ்சலங் களுடன் ஏக்கத்தின் கழிவுக்குப்பைகளெல்லாமும் வெளியேறு கிறது!

கனவு என்பது அன்றாட மனக்குளியல்!

*

தன் நெஞ்சைத் தொட்டு - "பாப்பா"
தன் பொம்மை தடவி - "பாப்பா"
தன் நிழல் சுட்டி - "பாப்பா"

எனும் பாப்பா வளர வளர "பாப்பா"வை மறக்கும் பாப்பா!

*

அதிகாலையில் படுக்கையில் அல்லது மதியப்படுக்கை யில் கனவுகள் கண்களைக் கிழித்து விழித்ததும், மல்லாக்க (சேற்றில் பன்றி புரள்வதாக) புரண்டு கொண்டிருந்தால், சீழில் புழுக்கள் நெளிவதுபோல கொசகொசவென எண்ணங்கள் நெளிந்து அச்சமூட்டுகின்றன.

படுக்கை விட்டு விசுக்கென மேலெழுந்து, நிமிர்ந்து நின்றால் கலங்கடித்துச் சோர்வூட்டும் எண்ணப்புழுக்கள் போன இடம் தெரியவில்லை.

கிடைமட்ட (Horizontal) உடலில் அடங்காத மூளை நெட்டுவாட்ட (Vertical) உடலில் தணிகிறது - என்பது எனக்கு அன்றாட அதிகாலை அனுபவ விசித்திரம்!

*

பிடிக்காத அந்த ஊருக்குப் போகணுமே என்பதைக் கட்டாயமாக உணரும் மனதில் நாட்கள் வேகமாக ஓடுகின்றன.

இப்பத்தான் திங்கட்கிழமை வந்தமாதிரி இருக்கிறது, அதற்குள் வியாழக்கிழமையா!

ஆபத்து நேரும்முன்னரே அச்சத்தால் அதை அனுபவித்து விடுகிறது மனம்!

என்னா ஒரு வேகமடா சாமி!

அது போகட்டும்.

அமலன் ஸ்டேன்லி, தனது 'மனவிழிப்புநிலை' நூலில் (தமிழினி வெளியீடு / ஜனவரி 2020) சொல்கிறார்: ஓருயிரின் எண்ணம் மரபுக்கூறுகளில் கூட மாற்றத்தை உண்டாக்கக் கூடும்.

மரபணுவையே எண்ணம் அசைக்கும் எனில் நம் அட்டவணைக் காலம் எம் மாத்திரம்!

*

கரோனாத் தொற்று பாதுகாப்புக்காக, தரையில் தனிமனித இடைவெளி வேண்டி, வரையப்பட்டிருக்கும் வெண்ணிறத் துல்லிய ஒரு அழகு வட்டம்.

வட்டத்தினுள் கையில் கட்டைப் பை ஒன்றை இடுக்கிக் கொண்டு கச்சிதமாக நடுவில் நின்றேன்.

அவ் வட்டத்தில் தொடக்கப்புள்ளி எங்கிருந்திருந்திருக் கும் என்றென் சிந்தனையில் நேரம் போனதே தெரியவில்லை!

*

"நீங்க ஏன் தாடி வளர்க்கறீங்க" என ஆர்வமாகக்

கேட்டார் நண்பர்.

"தலை வார அங்கே ஒன்றுமில்லை. தாடியையாவது அடிக்கடி வாரிக் கொள்ளலாம் என்றுதான்."

*

உள்ளொன்று வைத்துப் புறமொன்று பேச நேரிடின் அத்தருணங்களில், மௌன சுவாசமாகி பேசாமல் இருந்து விடுகிறேன் - அப்போது நேரும் துன்பத்தை ஒளி, தன்னுள் கரைத்துக் கொள்கிறது.

*

"நீ பிடிச்ச முயலுக்கு மூணு காலா?"
"நான் பிடிக்காத முயலுக்கும் மூணு கால் தான்."

*

இனி எந்த மாயக்கரம் வந்து தாலாட்டுப் பாடித் தொட்டில் ஆட்டினால் இந்த மனக்குழந்தை உறங்குமோ?

*

இன்று வருமோ என நான் அஞ்சும் துன்பங்கள் எல்லாம், செம்மையாக வந்துசேர்கின்றன.

ஊழ் கைபிடித்து அழைத்து வந்து என் மீது ஏவி விடுகிறது!

பகுத்தறிவோடு அதைத் தவிர்க்க நான் செய்ய வேண் டியது - வரும் என எதையும் அஞ்சாமல் விட வேண்டியது தான்!

அஞ்சுவது என்பதையும் ஊழ் தானே உன்னுள் சுரக்க வைக்கிறது, என்கிறது அப்பாவி மனம்!

'தீதும் நன்றும் பிறர் தர வாரா' என்பதற்கு - உன் சொந்த ஊழால் தான் தீதும் நன்றும், எனவும் அர்த்தம் கொள்ளலா காதா என ஏங்கி வினவுகிறது, பாய்ந்து மேலேறிய நனவிலி மனம்!

(மேலே எகிறிப் பேசிய நனவிலி, பாய்ந்த வேகத்தில் வெட்கத்துடன் கீழே ஃபிராய்டியன் சறுக்கலில் (Freudian Slip) விழுந்தது!)

எது எப்படியாயினும், தமிழின் தன்னேரில்லாத

மாபெரும் எழுத்தாளர், தனது ஒரு கட்டுரையில் எழுதியுள்ள, எனக்குப் பிடித்த, நான் நம்ப விரும்பும் ஒரு வரி :

ஊழ் என்னும் மாபெரும் வலையே இவ் வாழ்க்கை, அது தற்செயல்கள் அல்ல.

எனக்கானால், இயற்கை தன்னளவில் ஒரு நோக்கம், ஒரு திட்டம், ஒரு ஒழுங்குடன் இயங்குகிறது எனும் உணர்வும், கூடவே, 'ஆசைப்பற்றே துன்பங்களுக்குக் காரணம்' எனவும் 'பற்று நீங்குதலில் நோதல் இல்லை' எனவும் திடமான ஒரு நம்பிக்கை.

இதுவும் கடந்து போகக் கடவதாக!

(பி.கு) : ஊழ் மீதான நம்பிக்கையைக் கொள்வதென்பது அர்த்தமேயில்லாதொரு துன்பத்தைத் தாங்கிக்கொள்ளும் நோக்கத்துக்காகவே.

எதற்கும் காரணத்தைத் தேடும் மனதானது, துன்பத் துக்கு ஒரு அர்த்தம் கற்பித்துக் கொள்ளும் நோக்கம் தான் - ஊழ் நம்பிக்கை!

மற்றபடி இவ்வுலகில் துன்பம் என்பது, 'உறவுகளின் பிம்பங்களால்' மற்றும் சுற்றமாய்ச் சூழ்ந்த சிற்றினச் சேர்தலால் வந்து சேருவதுதான் என்பது உள்ளங்கை நெல்லிக்கனி.

*

அடக்கி வைக்கப்பட்ட ஆசையானது அந்தரத் துன்பம்; அதனால் கனவுகள் குத்திப் பிறாண்டி அன்றாடம் உறக்கம் கிழியும். ஆக ஆசை என்பது தூக்கத்திலும் அமைதியாக இருக்கவிடாது!

*

நாம் சாகவில்லை, சாவைத் தள்ளிப்போட்டுக் கொண் டிருக்கிறோம் - என எங்கோ படித்தேன்.

சாவுக்கு எந்நேரமும் தயாராக இருப்பவனே அகத்தில் விடுதலை பெற்றவன்!

*

அன்றொரு நாள் ஆசை ஆசையாய் வாங்கின பப்பாளிப் பழம் ஒன்றை குறுக்கே நறுக்கி இரண்டாக்கினால் வெறுமை. உள்ளே மருந்துக்குக் கூட ஒரே ஒரு விதை கூட

இல்லை. ஆசையின் கருவெளி சூன்யம்

*

நன்நெஞ்சு என்பது போலவே நற்கலைஞர் குணா கந்தசாமியின் சமீபத்திய எழுத்தில் ஒரு அற்புத வரி: 'வயதாவது என்பது என்ன, அது வியப்பை இழப்பது தான்.'

65 வயதைத் தாண்டி, இன்று நான் வியப்பை இழக்காமல் இருக்கும் சொற்ப சங்கதிகளில், அரிதான ஒன்று என் புதல்வனின் மனச் செயல்.

மகாகவி பாரதியாரின் பாப்பாப் பாட்டில் ஒரு வரி, ‘ஒரு குழந்தையை வையாதே பாப்பா' என்று வரும்.

என் புதல்வன் இப்போது தன் 30 வயதைத் தொட்டு நிற்கும் இன்றுவரை, என் நேர் அனுபவத்தில், யாரையும், எந்தச் சூழலிலும் அவன் வைததே இல்லை. மனிதர்கள் எல்லோரையும் 'குழந்தை'யாகவே பார்க்கிறான் போலும். யாரையும் அவன் வெறுத்துப் பேசி இன்றுவரை நான் பார்த்ததில்லை. எந்த உயிரையும் ஒரு வார்த்தை திட்டியோ, ஒரு கெட்ட வார்த்தை உதிர்த்தோ நான் கேட்டதில்லை!

இணக்கம் பேணாத சொற்ப 'அற்பர்க'ளிடமும் இன்முகம் காட்டும் அவனை, 'கல்லுளி மங்கனோ' எனச் சில வேளைகளில் என் இழிபுத்தி கருதியதுண்டு!

ரௌத்திரத்துக்கு பதிலீடாக வருத்தம். வருத்தத்துக்கு பதிலீடாக வாஞ்சை. வாஞ்சைக்கு பதிலீடாக மௌனம்.

மனிதனை விட்டுக்கொடுக்காத அவனது அரிய மனம் வியக்கத்தக்கது.

அவன் விளையாட விரும்பாத ஒரு விளையாட்டு என்பது Blame Gameதான். வாழ்க்கையின் மீதும் ஒரு புகாரும் அவனுக்கு இல்லை என்பதும் என்னை வியப்பிலாழ்த்துகிறது.

அடிப்படையில் பொறாமை எனும் மாசு படியாத மனதில் மட்டுமே இது சாத்தியம் எனவும் படுகிறது. (ஆசையின் மாறுவேஷமே பொறாமை!)

ஒரு பௌத்த உரையில் இப்படி இருக்கிறது:

'மனமும் உடலும் எந்நேரமும் மாறிக்கொண்டே இருந்தாலும், மறுபிறப்பெடுக்கும் ஒருவர் இறந்தவரின் தொடர்ச்சியே. மாறாத எதுவும் மறுபிறப்பெடுப்பதில்லை.

அந்த நபரின் தனித்தன்மையைக் குறிக்கும் நினைவுகளும் மனப்போக்கும் குணாதிசயங்களும் மனப்பழக்க வழக்கங்களும் மனம் சம்பந்தமான இயல்புகளும்தான் மறுபிறப் பெடுக்கின்றன.'

அறிவியல் மனப்பாங்குள்ள என் புதல்வன், ஒரு இரவில் 'உயிர் - உலகுக்கான அடிப்படைகள்' பற்றிய என்னுடனான ஒரு உரையாடலில், 'மறுபிறப்பு' என்பது மனிதன் நம்ப விரும்பும் ஒரு நம்பிக்கை மட்டுந்தான் பா. அது நல்லதையே செய்யும் நம்பிக்கை எனில் அது மூடநம்பிக்கையில் சேராதுப்பா' என்றான் சுருக்கமாக.

மனிதமைய வாதமாக மனிதனை வியத்தல் என்பது மட்டுமில்லாமல், யாதும் கேளிர் என வியக்கவும் இயற்கையில் இல்லாதது தான் என்ன! - என்பார் என் ஒரு ஆசான்.

*

மனிதனுக்கு மிகவும் சலிப்பூட்டுவது என்பது, சகமனிதனின் அர்த்தமும் நியாயமும் அற்ற வெட்டிப் புலம்பலுக்குக் காது கொடுப்பது தான் - என்பது அனுபவம் பெற்ற ஒருவரின் Voice Over!

*

இவ் வாழ்வில் என் ஆர்வத்துக்கும் உழைப்புக்கும் ஏற்றதனைத்தும் கிடைத்து விட்டது. இனியும் ஆசையின் சொந்தக் கண்விழிப்பு என்றுமில்லை.

பிறர்க்கின்னா செய்த சின்னஞ் சிறு பிழைகளின் பாற்பட்ட சிறு சிறு குற்றவுணர்வின் வெக்கை மட்டுமே அவ்வப்போது நெஞ்சில் சுடுவதுண்டு.

இனியும் என்னைப் பொறுப்பாக்கி, உயிர் வாழ எவ்வுயிரும் இங்கில்லை.

பெற்ற நற்புதல்வனுக்கு என்னால் இயன்றபடிக்கு நீதி செய்த திருப்தியின் அமைதியே என் நிறைவு.

மகனுக்குத் தர என்னிடம் இருப்பது ஒரு முன்னூறு நல்ல நூல்களும், அவன் மனதில் தங்கும் 'நல்ல அப்பா' எனும் ஈரநெஞ்சு நிலமும்தான்.

எழுத்தில் வாசிப்பில் வாழ்வின் அடிப்படைகளை மாம்பழத்து வண்டெனக் குடைந்தேன். என் விடை

பெறுதலில் எனக்கு எந்த நிராசையும் துளியும் இல்லை.

மரணம், பேய், அமானுஷ்யம் என்றெதற்கும் பயந்த தில்லை. சூழவும் இனிய மனித வாசனை இல்லாமல் வெறுமை மூச்சில் நான்கு சுவர்களுக்குள் சிக்கியபோது அஞ்சி நடுங்கியவன் மட்டுமே.

மூச்சு தேடி அலறியடித்து வெளியில் வெளியில் ஓடியவன்... நட்புகளால் ஆசீர்வதிக்கப்பட்டவன்...

வாழ்வதென்பது வீரத்தின் கரங்களில் இருக்கலாம். ஆனால் வெற்றி என்பது அமைதியின் மடியில் தான். பேரமைதியின் நறுமணமே, பெரும் பேரியற்கையே, என்னைத் தூங்குவது போலுமே விரைவில் வாரி அணைப்பாயாக! இதுவுமே ஒரு ஆசை தானே. முயற்சியற்ற ஆசை!

ஆம், ஆசை இது ஆசையற்ற ஆசை. இல்லாததன் இருப்பு. சொல் சுட்ட இயலா அமைதி. அமைதியே விடுதலை.

*

'**எ**ன் பெயரில் என்ன இருக்கிறது?

'தந்தையின் முதல் எழுத்துடன் ஆறெழுத்துகள்' என்பதாக ஒரு நிலைத்தகவலை நேற்று இங்கு பதிவிட்டேன். இன்றோ 'உன் பெயரில் ஒரு face book fake id உண்டே என்று யாரோ ஒருவர் ஆசீர்வதித்துவிட்டார். ஒருவழியாக அவரது ஆசீர்வாதத்தைத் திரும்பப் பெற, நண்பர் ஒருவர் புகார் அளித்து உதவ, மீண்டேன்.

'இது என்னுடையது' - என்று நான் சொல்ல எதுவுமே இல்லை.

'இது என்னுடையது அல்ல' என்று சொல்ல ஏதோ இருக்கிறது.

'இது நான்தான்' என்று எதையும் பற்றிக்கொண்டும் நான் சொல்லவும் முடியாது.

புத்தம் சரணம்.

*

தனிச்சொத்து நீட்டிப்பு, வாரிசு மூலம் தலைமுறை உறவுகள் ஸ்தாபிதம், பாதுகாப்பான காமம், சமூக ஒழுங் கமைதி என இன்ன பிற காரணங்களால் உருவாக்கபட்ட

திருமண பந்தம் என்பது கூட, 'தனிநபருக்கு' ஒருவகைத் துறவுதான்!

ஆழ் துறவில் ஓர் அமைதி இசையலாம்.

ஆனால் இந்தத் ' திருமணத் துறவி 'ல் அமைதி என்பது மருந்துக்கும் சிலருக்குக் கைகூடுவதில்லை!

தனித்தனியே 'இரு மனங்கள்' என்பதே மனிதத் துயரம்.

எண்ணம் போல வாழ்வு.

*

மூளையின் பிடிவாதம் முரட்டுத்தனமானது. இதயத்தின் பிடிவாதம் இரக்கமுள்ளது.

Intellectual loose நபரிடம் பிறர் மீதான வன்முறையும், எதையாவதை நிரூபிக்க வேண்டிய கட்டாயமும் இருக்கும்.

Emotional loose நபரிடம் பிறர் மீதான வன்முறையும், நிரூபிக்கும் கட்டாயமும் எதுவுமில்லை!

'பித்துக்குளி' நபர்கள் சிலரை அறிவேன். இயற்கைக்கும் நெருக்கமாக அவர்கள் இருப்பதை வியக்கிறேன்!

*

எனக்குப் பிறந்த குழந்தை என்பதால் அல்ல, பூமியில் உன் முதல் நாளிலிருந்து என்னோடு வளர்ந்ததாலேயே நீ என் பிள்ளை.

*

உறங்கையில் கண்களைத் திறந்துகொண்டே தூங்க இயலுமாயின், கனவுகள் வராது என்று தோன்றுகிறது.

*

ஒரு தாய் வயிற்றில் பிறந்து, ஒரே சூழலில் வளர்ந்தாலும் இரண்டு சிறுமிகள் குணத்தால் வேறுபட்ட வாழ்வனுபவக் கதையொன்றைக் கேட்க நேர்ந்தது.

இரண்டு சிறுமிகள் - ஒன்பது வயது, எட்டு வயது. முற்பகலில் தாய் இரண்டு சிறு கிண்ணங்களில் மிக்சர் போட்டு ஆளுக்கொரு கிண்ணம் தந்தார்.

இளையவள் சொன்னாள், "அக்கா மொதல்லே

உன்னோட கிண்ணத்தில் இருக்கிறதை பங்கிச் சாப்பிடுவோம். அப்புறம் சாயங்காலம் என்னோடதிலிருந்து பங்கிக்கலாம்."

அக்காச் சிறுமி ஒத்துக் கொள்ள, அவ்வாறே பங்கிட்டுத் தீர்ந்தது அக்காக் கிண்ண மிக்ஸர். சாயங்காலம் வந்தது. வெறுங்கையைப் பிசைந்துகொண்டு வெளியில் வந்த அக்கா திண்ணையில் உட்கார்ந்திருந்த தன் தங்கையிடம் "உன் கிண்ணத்தை எடு. மிக்ஸரைப் பங்கித் தின்போம்" என்றாள். தங்கை அதக்கிய வாயோடு, தன் கிண்ணத்தை பாவாடையில் மறைத்தபடி வெடுக்கென எழுந்து உள்ளே பச்சரிசி புடைத்துக் கொண்டிருந்த அம்மாவை நோக்கி ஓடினாள். "பாரும்மா அக்காவை. மத்தியானமே அவளோடதைத் தின்னுட்டு, இப்ப என் கிண்ணத்திலே பங்க்குக்கு வர்றா."

இன்றுமே இருவரிடமும் அதே மாறாத குணமாம். மனிதர்களில் தனித்தனி குணங்கள் என்பவை, மரபு - சூழல் பாதிப்பைத் தாண்டியும் தனித் தனியாகவும் தொடர்ந்து வரும் போல.

பொதுவாகச் சொல்லும் சொலவடை ஒன்றுண்டு: மூத்தது மோளை, இளையது காளை.

*

நீங்கள் வருத்தத்தில் இருக்கும்போது, நான் வருந்தாமல் கூட இருக்கக்கூடும்.

ஆனால், நீங்கள் மகிழ்ச்சியில் இல்லாதபோது நானும் மகிழ்ச்சியில் இல்லாமலாவேன்.

*

மனித உடல் உறுப்புகளில் அப்பாவியானதும், ஆன்ம விடுதலை நோக்கிலானதுமான உறுப்பு வயிறு தான்!

மூளையால் விடுதலைக்கு வழியில்லை!

ஆசை துறக்கும் ஒரே உறுப்பு வயிறன்றோ!

வாய்வழி உணவு கொள்ளும்போது, ஒரு கட்டத்தில் 'போதும் போதும்' என கையெடுத்துக் கும்பிட்டு விடும் வயிறு.

அங்கே ஆசை துறக்காவிடில் வாந்தியல்லவா எடுக்க வேண்டி வரும்!

*

கட்டுவதை விட புடவைகளை எடுப்பதுதான் ஆசை - அகவை அறுபதைக் கடந்த ஒரு மிடில் கிளாஸ் அம்மணி சொன்னது.

*

நோக்கங்களுடன் அணுகினால் உறவு சிதையும்.

இன்றியமையாத காரணங்களுக்காக அன்றி யாரோடும் உறவுகொள்ள வேண்டாம்.

மேற்காணும் இவ்விரண்டு மேற்கோள்களையும் 36 ஆண்டுகளுக்கு முன்பு எங்கோ படித்தேன்.

அடிக்கடி எனக்குள்ளும், வெளியிலும் சொல்லிக் கொண்டு கொஞ்ச காலம் திரிந்தேன்.

இன்று வரை இவ்விரண்டு மேற்கோள்களையும் கடைபிடித்தேனில்லை!

'நாமே உள்ளோம் நான் இல்லை' என இன்று விழித்துணர்ந்த போதிலும் 'காண்பவனாக இன்றிக் காணுதல்' கடினமான நிலையில் உண்மையில் இன்று நடைமுறையில் அமைதிக்கான எளிய வழியின் சுட்டுதலன்றோ மேற்காணும் இம் மேற்கோள்!

*

நான் இறந்த பின் என்னாவேன் என்பதில் ஆர்வ மில்லை. ஆனால், ஆதார், வங்கி, பான் கார்டு, சமையல் எரிவாயு, உற்றார் உறவினர், முகநூல், டிஜிடல் கணக்கு, அண்டை அசலார், கற்றோர், நண்பர்களுக்கென என நான் கொடுத்து வைத்திருக்கும் என் செல்லிடப் பேசியின் எண் என்னவாகும்?

*

மீண்டும் மீண்டும் காதல் போல, மீண்டும் மீண்டும் ஒரு பொறாமைப் பதிவு:

"ஒருவர் மீதுள்ள பொறாமையை நீங்கள் எப்படித் தணித்துக் கொள்கிறீர்கள்?"

"அவரை வாயார வாழ்த்தித்தான்."

*

நான் இறந்த பிற்பாடு என்னையே நான் விமர்சனம் செய்துகொண்டால் இப்படித்தான் சொல்வேன்:

முட்டாள்களிடையே
வாழ்ந்து கொண்டிருந்த கெட்டிக்காரனொருவன்
கெட்டிக்காரர்களோடு பழகத்தொடங்கி
முட்டாளாகச் செத்துப்போனேன்.

- கவிஞர் கண்ணதாசன்

*

கவுண்டமணியின் எகத்தாளப் பேச்சு நகைச்சுவைகளில், எனக்குப் பிடித்த ஒன்று, தத்துவார்த்தமானது. அது, ஒரு நகைச்சுவைக் காட்சி உரையாடலில் ஒரு பதிலாக வருவது:

ஒரு கண்ணில் கட்டுடன், தெருவில் ரோடுரோலர் முன் சக்கரத்தின் மீது பக்கெட் தண்ணீரை வாரி இறைத்துக் கொண்டிருப்பார் கவுண்டமணி. எதிரில் அருகே நின்ற பருமனான பெண்ணின் முகத்தில் தண்ணீரை விசிறி விடுவார். அப்பெண்மணி அதிர்ந்து கோபமாகக் கேட்பார்: "யோவ்... உனக்கு அறிவிருக்காயா?"

"யாருக்குத் தெரியும்."

*

விளையாட்டுச் சித்தரின் ஒரு பழமொழி:

பெற்ற பிள்ளை என்றதுவும் விளையாட்டே - தந்தை பேரிட்டழைத்ததுவும் விளையாட்டே.

*

பூக்களை வெறுமனே இயற்கையின் மலர்ச்சி எனப் பார்த்தால் பறிக்கத் தோணுமா?

பெயர் சூடி, மலர் சூடி என, பூவைப் பொருளாகப் பார்க்கும் ஆசைப்புத்தியே பூவைப் பறிக்கிறது!

*

புதிய பூட்டு வாங்கும் உலோகாயதர் எவருமே, அந்தப் பூட்டின் பாதுகாப்பு உறுதி மீது, மயிரிழையேனும் அவநம்பிக்கை கொண்டிருப்பார்.

*

இந்து தமிழ் திசை - நாளிதழில், வாராவாரம் செவ்வாய்க்கிழமை, 'அறிவுக்கு ஆயிரம் கண்கள்' எனும் தலைப்பில் தொடர் எழுதுகிறார் இ.ஹேமபிரபா. மிகச் சிறப்பான, ஆழமான, எளிமையான அறிவியல் துறைக் கட்டுரைகள். இவர் இஸ்ரேலில், இஸ்ரேல் டெக்னியன் தொழில்நுட்ப நிறுவனத்தில் ஆராய்ச்சியாளர். 'நுண்ணுயிர் கள் தீண்டத்தகாதவையா?' எனும் தலைப்பில் ஒரு கட்டுரை. அதில் இருந்து முக்கியமான சில 'நல்ல' வரிகள்:

நம் உடலிலேயே கோடிக்கணக்கில் நல்ல வைரஸ் வகைகள் உள்ளன.

நம் உடலில் 380 லட்சம் கோடி வைரஸ் இருப்பதாக ஆய்வுகள் சொல்கின்றன.

மனித மரபணுவிலேயே வைரஸின் மரபணு எட்டு சதவீதம் இருக்கிறது. இதன் காரணமாகவே நம் செல்களால் நஞ்சுக்கொடியை (placenta) உருவாக்க முடிகிறது.

'தீநுண்மி' என்று ஒருதலைப் பட்சமாக வைரஸுக்கான தமிழ்ச் சொல் உருவாக்கப்பட்டிருப்பது அறிவியல் பூர்வ மாகச் சரியல்ல.

அறிவியல் அறிவைத் தமிழில் தேடுபவர்கள் இவரைத் தொடரலாம். மருத்துவத் துறைக்கு, மருத்துவர். கு.கணேசன், மருத்துவர். கு.சிவராமன் என சிலர் சிறப்பான எழுத்தாளர்கள்.

எப்பவுமே நாமும், இன்னும் சில மருத்துவர்களும் கூட, ரத்தநாளம் என்பதற்கு பதிலாக, 'நரம்பில்' ஊசி போடுதல் என்றே சொல்கிறோம்! (நாலுபேர் முன்னிலையில் இங்லீஷில் பேசும்போது, லேசாக உச்சரிப்பு நெளிந்துவிட்டாலும் அவமானமாகி விடுகிறது! ஆனால் இங்கோ அர்த்தமெய்யே பிழை!)

கவிஞன், தத்துவவாதி கேட்கலாம், 'பெயரில் என்ன இருக்கிறது?' - என்று.

ஆனால், அறிவியல் எழுத்தாளனுக்கோ பெயரில் வினைவிளைவு இருக்கிறது!

*

நான் அன்றாடம் பார்க்கும் ஒருவர், 45 வயது மதிக்கத் தக்கவர், பரட்டைச் சுருள்முடி விரிசடையாக, கட்டம்

போட்ட அழுக்கு லுங்கியுடனும், செங்கல் நிறப்பொடிக் கட்டச் சட்டையிலும், நாள் முழுவதும் தேசிய நெடுஞ்சாலை யில் ஓரமாக, சருகுகள் பின்தொடர, வடக்கு தெற்காக ஓயாமல் நடந்துகொண்டே இருப்பார்.

முன்னிரவில், அடைத்திருக்கும் ஒரு அரிசிக்கடை வாசல்படியில் கால்மேல் கால் போட்டபடி மல்லாந்து தன்னுடன் பேசிக்கொண்டிருப்பார்.

நிமிர்ந்த நன்னடையில், தனக்குத் தானே குழறல் முணுமுணுப்போடு பெரும்பாலான நேரம் திரிந்து கொண் டிருப்பவர், ஒரு சின்ன டீக்கடை வாசலில் காலை, மாலையில் நிற்பார். இரண்டு பன்கள் அல்லது இனிப்பும் உப்பும் கலந்த இரண்டு பிஸ்கட்டுகள் வாங்குவார். டிஸ்போசபிள் கப்பில் ஒரு டீ குடித்துவிட்டு ரூபா நோட்டையும் சில்லறைக் காசு களையும் நீட்டுவார். திருப்பித் தரப்படும் சில்லறையை அப்படியே மேல் பாக்கெட்டில் போட்டுக்கொள்வார்.

எந்த முறையும் அவர் யாரும் தந்த காசை எண்ணிச் சரிபார்த்தாரில்லை!

எதன் மீதான கடும் பற்று பிறழ்ந்தோ, மண்டையில் அடிபட்டோ அல்லது உறவு வாய்கள் விஷம் உமிழ்ந்து விரட்டிவிடவோ, இன்று இப்படி வாயடைக்க மனத்தரையில் சொற்களிடற நடக்கிறாரோ!

*

சாம்பல் மேகங்கள் மறைத்த வானம்.

மருள் சூழ் ஒரு மாலையில், அந்த தேசிய நெடுஞ்சாலை யோரம் கூடாரத்துள்ளிருந்து கசங்கிய முகத்துடன், என் அழைப்புக்கு வெளியே வந்த அவரைக் கலங்கிய கண்களோடு மௌனமாக ஏறிட்டேன்.

உதடுகள் நடுங்க நின்றார்.

உறவுக்கார மூதாட்டி ஒருவர், 94 வயதில் இறந்ததன் நிமித்தம் வெளியூர் போனவன், 15 நாட்களாக நான் இங்கே ஊரில் இல்லை.

வந்தவன் வழக்கமான டீ கடைக்குப் போனபோது அந்தத் தகவலை அறிந்ததும் நெஞ்சு துடித்தேன்.

வழக்கமாக தினமும் அவர் கடையில் வந்து டீ

வாங்கிச்செல்லும் பொம்மைகள் விற்கும் வடக்கத்திய பெண்மணி, ரெண்டு வாரம் முன்னாடி தீ வைத்துக்கொண்டு இறந்துவிட்டாராம்.

இதில் உச்சத் துயரம் என்பது, கொடூரமாகத் தற்கொலை செய்துகொண்ட அந்தப் பெண்மணி விட்டுச் சென்றது எட்டுக் குழந்தைகளை. அதில் நான்கு பெண் குழந்தைகள். குஜராத்தின் உதயப்பூரைச் சேர்ந்தவர் இந்தப் பெண்மணி. 15 ஆண்டுகளாக இதே சாலையோரம் பொம்மைகள் செய்து விற்பவர்களின் கூட்டத்தைச் சேர்ந்தவர். கணவருக்கு முப்பத்தைந்து வயதாம்.

கணவரின் தாய் - தந்தை 25 ஆண்டுகளுக்கு முன்பு கோவையில், இதே பொம்மைத் தொழில் செய்து பிழைக்க வந்தவர்களாம். இந்த பொம்மைக்கூட்டம் நன்றாகக் கொங்கு தமிழ் பேசுவார்கள் என்றார் டீக்கடை நண்பர்.

இந்த நவீன நல்லதங்காளுக்கு, எட்டுக் குழந்தைகளை நிர்கதியாக விட்டுச் செல்ல, மாளா மனவறுமையும் காரண மாக இருந்திருக்கலாம். ஒரு விநாடியில் முடிவாகித் தீக்கிரை யானார் ஒரு பெருந்தாய்.

புத்திக்கு மடங்காதது துக்கம் புத்தனே!

நீர் சொல்வதுபோல உண்மையில் மனித ஆயுள் ஒரு வினாடி தானோ!

*

'5 கோடி ரூபாய் மதிப்லே சொந்தமாக் கார் வெச்சிருந் தாலும், வாக்கிங் க்கு ஆறு கிலோமீட்டர் நடந்து தானே ஆகணுமப்பா' என்றார் சத்தமாக ஒருவர், சகநடையரிடம் இன்று மாலையில் பந்தயச்சாலையில்.

*

சொந்த ஊரிலும் சுற்றத்திலும் தம் வீட்டிலும் தவிர மற்ற எல்லா இடங்களிலும் இறைவாக்கினர் மதிப்புப் பெறுவர். - சொந்த ஊரான நாசரேத் வந்தபோது, ஒருமுறை ஏசு பிரான் சொன்னது.

*

'நான் யாரையும் ஏமாற்ற மாட்டேன். யாரிடமும் ஏமாறவும் மாட்டேன்' என்றான் மைந்தன்.

'ஏமாற்றாமல் இருக்கலாம். ஆனால் நீ ஏமாறாமல் இருப்பது சாத்தியமில்லை' என்றேன்.

திருதிருவென மரியாதையாக முழித்தவனின் தோள் தொட்டுச் சொன்னேன் 'ஏமாற்றுதல்' என்றால் என்ன வென்றே அறியாதவர், ஏமாறாமல் இருப்பது சாத்திய மில்லையே!

*

ஒருமுறை வந்த கனவு, மறுமுறை வருவது அபூர்வம். இது என் அனுபவம். வாழ்வே ஒரு முறை. வாழ்விலே ஒரு கனவும் ஒரு முறையே!

*

சமீபத்தில், திருச்சியிலிருந்து 'ஆணாதிக்கவாதி' நண்பரொருவர் பேசியதில் சுருக்கப் பதிவு:

சத்திரத்திலிருந்து, சமயபுரத்துக்கு டவுண்பஸ் ஏறிட்டேன். வலப்புறம் மகளிர் இருக்கைகள் நிறைய மகளிர் அமர்ந்துவிட்டனர். இடப்புறம் ஆண்கள் இருக்கைகளிலும் பெண்கள் நிறைந்து அமர்ந்து விட்டனர்.

ஆண் - பெண் ஜோடியாக மூன்று இருக்கைகள் நிறைவு. 14 ரூபாய் சீட் வாங்கிய 9 ஆண்கள் சமயபுரம் வரை நின்று கொண்டே வந்தோம்.

டிக்கெட் வாங்கத் தேவையின்றி 24 பெண்கள் ஜம்மென்று சீட்டில் உட்கார்ந்து வந்தனர்!

சமயபுரத்தாளே போற்றி!

(பி.கு.) : கைப்பை துணையோடு வேலைக்குப் போகும் பெண்களுக்கு, கட்டணமில்லாப் பேருந்துப் பயணச் சலுகை பேருதவிதான்.

*

வீட்டில் பொருட்களை சீராக அடுக்கி வைப்பேன்.

வீட்டம்மா கோணல்மாணலாக பப்பரப்பே என சிதறலாக வைப்பார். வாசலில் செருப்பை ஜோடியாக வைக்க மாட்டார். ஒரு செருப்பின் மூக்கு வடக்கு பார்த்திருக்கும், இன்னொன்றின் மூக்கு தெற்கு பார்த்துக் கிடக்கும்.

காரணமாக அவர் சொல்லுவார்: அப்போதுதான்

பார்க்கையில் பொருள் மீது கூரிய கவனம் படியும். பூச்சி பொட்டெல்லாம் சீரான அடுக்கலில்தான் இடுக்கலாகப் பதுங்கியிருக்கும். ஒழுங்காக நேராக இருந்தால் தெரியாது.

நான் மனதின் சிதறல்களைப் புறத்தில் அடுக்கிச் சீராக்குகிறேனோ!

பிரபஞ்சத் தூசியான எனக்கு பூச்சியாவது பொட்டாவது!

கரப்பானைக் கண்டு பதறிக் கதறி அதை வௌக்கு மாத்தால் அடிக்கச் சொன்னால், நான் கைகளில் ஏந்தி, மல்லாத்தி நொடியில் ஓடி வெளியில் எறிவேன்!

*

நான்கு மாதக் கைக்குழந்தையை வீட்டில் குழந்தையின் தந்தையிடம் விட்டுவிட்டு, தாய் இரவுப் பணி செவிலியராகப் போய், இரவு 7 மணி முதல் காலை 7 மணி வரையிலான நைட் டியூட்டி முடித்து காலை 8 மணிக்கு வீடு திரும்புவார்.

மாதமொரு வாரம் கண்டிப்பாக இதுவே கதி.

இரவுப் பணியைத் தொடர்ந்து ஒரு வாரம் மத்தியான டியூட்டி - 1 மணி முதல் மாலை 7 மணி வரை.

பின் இரண்டு வாரங்கள் தொடர்ந்து காலை 7 மணி முதல் மதியம் 1 மணி வரை பகல் டியூட்டி.

இப்படியே பையனின் பொறியியல் படிப்பு முடியும் வரை, தனியாக பல மணிநேரங்கள் தந்தையின் நல கவனிப்பில் பிள்ளைதான் வளர்ந்தான். தாய் - தந்தை - குழந்தை என மூவர் மட்டுமே அந்த வீட்டில். தாயைத் தேடி அழுது, தந்தையைப் படுத்தி எடுக்காமல், தனக்குத் தானே சமாதானமாக வளர்ந்தான் ஆண்டுகள் உருண்டோட ஒரு பிள்ளை. தந்தையைத் தாயுமானவன் ஆக்கினான் பிள்ளை.

இதில் சொல்லப்படவேண்டியது இதுவே:

வளர்ந்த நாட்களில் ஒரு நாளிலும் இரவும் பகலும் தந்தைக்கு ஒரு சின்னத் தொல்லைகூடத் தந்ததில்லை பிள்ளை.

அன்று முதல் இன்று, தானே ஒரு தந்தை என்றான அந்தப் பிள்ளையின் பொறுமையும் சாந்தமும் பேரியற்கைப் படைப்பில் ஓர் அபூர்வம்.

*

இழப்பதற்கு என்னிடம் ஒரே ஒரு உடமை தான் உண்டு. சுமை உடைமையான அது மனம்தான்.

*

உடல் - மனம் இரண்டுமான நானொரு வெங்காய பஜ்ஜி போல. ஒன்றையொன்று ஒட்டியும் ஒட்டாமலும்...

*

"**நா**ன் உன்னைப் பற்றி இப்போதெல்லாம் நினைப்பதே இல்லை" என்றார் நண்பர்.

"நன்றி. மனிதர்கள் தனக்கு பிடித்தமானவர்களை விட, பிடிக்காதவர்களையே அதிக நேரம் நினைத்துக் கொண்டிருப் பர்" என்றேன்.

*

மனிதன் தொடக்கத்தில் species being (ஒரே இனத் தொகுதி ஜீவி) ஆக இருந்தவன், காலப்போக்கில் இன்று Spices being (மசாலா மனிதன்) ஆகத் தொடர்கிறான்...

*

அணுக்கதிர் வீச்சிலும் தப்பித்துவிடும் கரப்பான், மல்லாந்தால் போதும் எறும்புகளுக்கு இரையாகி விடுகிறது!

ஜீவராசிகளின் பிறப்பிலும் இறப்பிலும் இயற்கையின் ஒரு விந்தைத் திட்டம்.

விந்தை யாவுமே சிந்தைக்கு அழகுதான்!

*

ஒருமுறை கால் டாக்ஸி (ரெட் டாக்ஸி) ஒன்றில் சென்ற போது, ஓட்டுநரிடம் பேச்சுக் கொடுத்து செவி மடுத்ததில் தெரிந்தது இது:

கால் டாக்ஸி ஓட்டுநரின் பணி நேரம் 24 மணிநேரம். ஒரு நாள் காலை 10 மணிக்கு ஸ்டியரிங் பிடித்தால், மறு நாள் காலை 10 மணி வரை சவாரி ஓட்டவேண்டும். இப்படி மாதம் 15 நாட்கள் டாக்ஸி ஓட்டும் வேலை. வசூலாகும் சவாரி வாடகைத் தொகையில் 30 சதவிகிதம் சம்பளம். தற்போது ஒரு நாள் - 24 மணிநேரம் ஓட்டினால் 5000 ரூபாய்க்கு ஓடுகிற தாம்.

1500 × 15 நாட்கள் சம்பளம் என மாத வருவாய் 22, 500 ரூபாய். வீட்டு வாடகை 6500 ரூபாய் போக, மாதம் 16000 ரூபாயில் காதல் கல்யாண மனைவி - மனைவியின் விதவைத் தாயார், இரண்டு பெண்குழந்தைகள் எனப் புறநகரில் இல்லறம்.

'ஏதோ வண்டி ஓடுது சார்' என்றார் புதுக்கோட்டையி லிருந்து கோவை வந்த அந்தப் பிழைப்பாளி.

பிழைப்பு எனும் சொல்லிலேயே 'பிழை' வந்து விடுகிறது என சொல்லைப் பிடித்துத் தொங்கிக் கொண்டிருக் கிறேன் நான்.

(கரோனா பொதுமுடக்கமற்ற மாதங்களில், மாத வருவாய் இரட்டிப்பாக இருந்தது என்றார், லேசாக மலர்ந்த முகத்தில் முக்கால் புன்னகையுடன் அந்த வாகன ஓட்டுநர்.)

*

இரண்டாம் உலகப் போர் நடந்த ஆறு ஆண்டுகளில் (1939-1945) சுமார் ஏழு கோடிப் பேர் உயிரிழந்தனர் என்கிறது வரலாறு.

மனிதர்கள் உருவாக்கிய இந்த பேரழிவின் முன் கரோனா கிருமியின் பலி வாங்கல் குறைவுதான்!

வரலாறு என்பதில் பெரும்பங்கு மனிதனுக்கு மனிதனே இழைக்கும் துரோகம்தான்.

கிருமிக்கும் துரோகத்துக்கும் சம்பந்தமில்லை!

*

உலகிலேயே மிகப் பெரிய விதை என்பது திருவோடு தானாம். Beggar's bowl ஆன இதன் செல்லப் பெயர்கள் கபாலம், பிச்சைப்பாத்திரம்.

திருவள்ளூர் வேம்பாடு கிராமத்தில் தன் மாந்தோப்பில், ராணுவ டாக்டர் மாதவன் ஹிமாச்சலில் இருந்து கொண்டு வந்து நட்ட திருவோடு மரக்கன்று, இன்று திருவோடுக் காய் தருகிறது. திருவோடு மரமலர்கள் மாலையில் நறுமணம் வீச, தேனுடன் வெளவால்களை ஊட்டி வளர்க்கிறது.

உலகிலேயே மிகப்பெரிய உயிர் விதை திருவோடு!

தத்துவார்த்த உச்சாடனம் புத்த தகைசால் பிட்சாடனம்.

*

ஒரு வீட்டின் வாசல் கதவுச் சுவரோரம் பொருத்தப் பட்டுள்ள பலகை அறிவிப்பு: Forget the Dog. Beware of the Owner

*

உறவுகளில், அதீத ஜனநாயகப் படுத்தினால், சுதந்திரம் நீர்த்துப் போகும்.

*

பொதுவாக இங்கே பெண்களுக்குக் காமம் குறித்துப் பேசத்தான் பிரச்னை; செயல்பாட்டில் சக்தியர்.

பொதுவாக இங்கே ஆண்களுக்குக் காமம் குறித்துப் பேச பிரச்னையே இல்லை; செயல்பாட்டில்தான் சுணங்கியர்.

விதிவிலக்காக சொல் - செயல் இரண்டிலும் வீரியர் உண்டு இம் மண்ணில் - உடலும் உள்ளமும் ஒன்றானவர்கள்!

*

மனிதனுக்குத் தம் உபரி உணர்வுகள்தான் அவன் உறவுகளில் சிடுக்குத் துன்பங்களை அடுக்கித் தருகிறது.

அதற்குக் கவலைப்படாத மனிதனோ, தன் உபரி உணர்வுகளைப் புறணி பேசுதல், பொறாமை கொள்ளுதல், பிறர்க்கின்னா விளைத்தல், அதை ரசித்தல் என 'சினி'க்கான கேளிக்கைகளில் விட்டு விளையாடுகிறான்.

அடக்கம் என்பதே உணர்வடக்கம் தானே. தனிஉபரி எதுவுமே பிணி உபத்திரமே.

*

எர்ணாகுளம் - பாட்னா எக்ஸ்பிரஸ் - சிறப்பு ரயில் இரவில் கோயம்புத்தூர் ஜங்ஷனில் வந்து நின்றது. நூற்றுக்கும் மேற்பட்ட வடக்கத்திய இளைஞர்கள் ஓடிப்பிடித்து ஏறினர். பெரும்பாலான இளைஞர்களின் முதுகில் ஒரே ஒரு சுமைப்பை. அந்த இளைஞனின் இங்கே வாழ்ந்த வீடு ஒரே ஒரு முதுகுப் பையில் அடக்கம்.

*

நிருபர் ஒருவர் மனநோய் மருத்துவமனைக்கு டாக்டரை நேர்காணல் செய்யப் போனார்.

டாக்டர் அறையில் ஒருவர் மிக அருமையாக பேட்டி தந்தார். பேட்டி முடிந்து, வெளியே வந்தபோது ஒருவர் சொன்னார் "வாருங்கள் பேசலாம். சற்று தாமதமாகிவிட்டது."

நிருபர் சொன்னார் "பேட்டி எடுத்தாச்சே."

"யாரிடம்? நான் இப்போது தானே வருகிறேன்"

உள்ளே ஒரு மனநோயாளியே, நல்ல மூடில், பேட்டி தந்திருக்கிறார். - தென்கச்சி சுவாமிநாதன்

*

எந்த ஊரிலும் எல்லாப் பிஞ்சுக் குழந்தைகளிடமும் 'மம்...மம் சாப்டிறியா? பாப்பா மம் ...மம்மு... சாப்புடுதா' என்றே கேட்கிறார்கள்.

உதடுகளால் பொக்கைவாய் மெல்லி உண்ணும் செயலையே பொருளாக்கி விட்டார்கள்.

செயலே சிறந்த சொல் - என்பர்.

*

என்னிடம் சொல்லிக்கொள்ளாமலேயேதான் ஒருநாள் நான் விடைபெறுவேன் என்று நினைக்கிறேன்.

*

என் கல்யாணத்துக்கு முந்தி வரை ஒரு ஆங்கிலச் சொற்றொடரை அன்றாடம் தொடர்ந்து பல காலம், என்னை மீறி எதற்கெடுத்தாலும் சொல்லிக் கொண்டிருப்பேன் - ஒரு பைத்தியச்சொல் அது : no problem

இப்போது அதை நினைத்துப் பார்த்தால் அசட்டுத் தனமாகவும், வெட்கமாகவும் இருக்கிறது.

அந்த 'no problem' எப்போதோ திடீரென ஒருநாள் என்னிடம் சொல்லிக்கொள்ளாமலே விடைபெற்றுச் சென்றிருக்கிறது.

*

கைரேகை, கருவிழி, நாக்கு என மூன்றின் வழி பயோ மெட்ரிக் அடையாளங்களில், மனித உயிர்கள் மனிதனுக்கு மனிதன் தனித்தனியே தனித்துவ உரு அடையாளங்களில் குறிக்கப்படுகின்றன. குண அடையாளத்திலும் இந்தத் தனித்

தனியே தனித்துவம் என இருக்கலாம். படைப்பு இயற்கையின் மாபெரும் அடிப்படை விந்தை இது. ஆனாலும் மனிதன் பரஸ்பரம் தயையால் மாத்திரமே பொதுவான உயிர் அடையாளமாகி சமாதான வாழ்வைப் பேண இயலும்.

ஞானவழி காட்டும் எளிய வாழ்வுண்மையும் அர்த்தமும் இதுவே. இது இயலாததன் துக்கமே சிக்கலே முரணே போராட்டமே ஏகதேசம் கலை இலக்கிய இசைப் படைப்புகளின் அடிநாதம்.

*

ஒரு மனிதனின் நாக்கின் ரேகைகள் இன்னொரு மனிதனின் நாக்கின் ரேகைகள் போல இருக்காது என்கிறது அறிவியல். (your tongue print is as unique as your finger print)

இயற்கை விதி அது கெடக்கட்டும் கழுதை!

ஆனால், நாக்கானது நாம் தூங்கும்போது கூடத் தன் பணியைச் செய்கிறதாம் என்பதுதான் சுவாரசியத் தகவல்.

தூங்கும் போதுகூட ஓசை எழுப்பாமல் சொல்லசைக்கும் போல!

*

1300 ஆண்டுகள் பழமை வாய்ந்த காலகாலேஸ்வரர் கோவில், கோவையிலிருந்து சத்தியமங்கலம் செல்லும் வழியில் சர்க்கார் சாமக்குளம் - கோவில் பாளையத்தில் உள்ளது.

ஆசியாவிலேயே மிகப் பெரிய தட்சிணாமூர்த்தி சிலையும் இங்குள்ளது. இவர் தலைக்கு மேல் லிங்கம் இருப்பது மிகச் சிறப்பாம்.

மூலவர் காலகாலேஸ்வரர். அம்மன் கருணாகரவல்லி.

இந்தக் கோவிலில் ஆண்டு முழுவதும் ஆயுஷ் ஹோமம் நடைபெறும். திருக்கடையூர் போகவேண்டியதில்லை. இந்தக் கோவிலிலேயே, புருஷனுக்கு அகவை 60 பூர்த்தியானால் சஷ்டியப் பூர்த்தி. 70 பூர்த்தியானால் பீமரத சாந்தி. 80 பூர்த்தி யானால் சதாபிஷேகம். 90 பூர்த்தியானால் கனகாபிஷேகம்.

விஷயத்துக்கு வருகிறேன் - ஒருமுறை இந்தக் கோவி லுக்குள், நாட்டியக் கடவுள் கூத்தனின் மண்டபப் படியில் உட்கார்ந்திருந்தபோது அருகில் ஒரு உரையாடல் கேட்டேன்:

"பெரிய தட்சிணாமூர்த்தி இந்தக் கோவில்லே இருக்கறதுதானாம் கா... கும்பிட்டீங்களா?"

"எனக்கு தட்சிணாமூர்த்தியைப் புடிக்காது. அறிவுக் கடவுளாம்..."

"அதேன் கா?"

"வீட்டுக்காரருக்கு தட்சிணாமூர்த்தியைத்தான் புடிக்கும். எப்பப் பாரு படிக்கறது எழுதறது செல்லுலு நோண்டி நோண்டிப் படிக்கறதுன்னு என்னைக் கண்டுக்கறதே இல்லே. சுயநலம்... சோம்பேறி... படிச்சுப் படிச்சு பரதேசம் போக வேண்டிய ஆளு..."

"என்னக்கா இப்டி சொல்றீங்க? கருணாநிதிக்கு அவங்க அப்பாம்மா வெச்ச பேரே தட்சிணாமூர்த்தியாம..."

"அவரு படிச்சாரு. குடும்பத்தையும் நல்லா கவனிச்சாரு. இவரு..."

"அதுக்கு சாமி என்னக்கா பண்ணுச்சு... நானு ஏழாவது தான் படிச்சேன், படிப்பு ஏறலை. எம் பேரு சரஸ்வதி."

*

"என்னத்தைன்னு கொழம்பு வெக்க... என்ன காய் தான் வெக்க... என்னத்த சாரீ எடுக்க... என்னன்னு நகையை வாங்க... எதுவுமே அமைய மாட்டேங்குது..." - அண்டை வீட்டம்மணி யிடம், இண்டை வீட்டு அம்மணி சலித்துப் புலம்பியதைக் கேட்டவர், தனக்குள் முணுமுணுத்துக் கொண்டார் :

'ஆசையே துன்பம். ஆசைக்குள் செலக்ஷன் என்பது பெரும் துன்பம்.'

*

வாய்ஓயாப் பேச்சுவாக்கில் அவர் சொன்னார்:

"நல்லாத் தெரிஞ்சுக்கோங்க... நீங்க நெனைக்கற மாதிரி இல்லே... நான் என்னையைவிடவும் பெரியாளாக்கும்."

*

படுக்கப் போகும் முன் இன்று என்ன கனவு வருமென எனக்குத் தெரியாது என்பதை, இப்போது பதற்றமின்றி இயல்பாக எடுத்துக் கொள்வது போலவே நாளை நடப்பில் என்ன வரும் என்பதையும் பதற்றமின்றி இயல்பாக எடுத்துக்

கொள்ளலாகாதா நான்!

*

பொதுவெளியில் காட்சிப் படுத்தப்படும் சில புகைப்படங்கள் மிகுந்த வருத்தமளிப்பவை.

குறிப்பாக 'திருடர்கள் ஜாக்கிரதை' என ஒட்டப்பட்ட புகைப்படங்கள்.

புகழ்பெற்ற திருடர்களின் ஒளிப்படங்கள்தான் அரங்கேறும்! என்னதான் புகழ் என்றாலும் சமூக அவமானத்தின் நிழல் விழும் படங்கள். யார்தான் இங்கே திருடரில்லை?

Physically, Emotionally, Psychologically ஏதொரு வகையிலாவது இங்கே எல்லோரும் திருடர்களே!

*

சமீபத்தில், திண்டுக்கல் அருகில் செம்பட்டிப் பக்கம் உள்ள ஆத்தூரில் ஒரு வீட்டுக்கு விருந்தினனாகப் போனேன்.

அங்கே மாரிமுத்துச் சித்தர் கோவில் என சின்னதாக ஒரு கோவில். ஆண்டுதோறும் மார்கழிமாதம் புனர்பூசத்தில் சின்னதாகக் கூடி விழா. நூறாண்டுகளுக்கு முன்னர் மாரிமுத்து என்றொருவர், சித்தி ஆற்றலும், சித்த மருத்துவ நிபுணத்துவமும் கொண்ட ஒருவர் வாழ்ந்த கதையை ஒரு பெண்மணிக் கூறக் கேட்டேன்.

முன்னொரு காலத்தில், ஆத்தூர் எல்லையோரம் பூதமேடு எனும் கரடுப் பகுதியில் ஒரு புத்தர் சிலை பெயர்ந்து கிடந்ததாம். பின் யாரோ அந்நியர் சிலர் ஒருநாள் அந்த புத்தரைக் கடத்திப் போக முயன்றபோது, தடுத்துப் பிடுங்கி இங்கே ஆத்தூரில், கோவில் என்று சின்னதாக ஒன்றைக் கட்டி உள்ளே அந்த புத்தரை வைத்து விட்டார்களாம். வழி பட்டார்களா தெரியவில்லை. ஆனால் 'புத்தர் கோவில் வீதி' என்று ஒன்றுபெயராகி விட்டது. அரசாங்க, தபால் முகவரிகளில் இன்றளவும் புத்தர் கோவில் வீதி உள்ளது. ஆனால், காலப்போக்கில், இருபது ஆண்டுகளுக்கு முன் அந்த புத்தரைச் சிவனாக்கி விட்டார்கள்! இன்று ஆத்தூர் புத்தர் வீதியில் மாரிமுத்துச் சித்தர் கோவிலில் நம் புத்தரின் சைவசிலை!

*

துரத்தியது கிடைத்தபோதில் விட, துரத்தியது கிடைக்காத போதில்தான் சிலசமயம் உவகை கூடுதல்!

*

"உனக்கு ஏன் என்னைப் பிடிக்காது?"

"எனக்குப் பட்டைசோம்பு அறவே பிடிக்காது... உனக்குப் பட்டை சோம்பு ரொம்பப் பிடிக்கும். அதனால் தான்."

*

மனிதனுக்கு நிறைவேறாத ஆசையானது அளப்பரிய வீரியமானது; விபரீதமானது. வாழ்நாளில் தான் தொட இயலாமல் போன வடிவம் ஒன்று இறந்து போன பின்னும், தன் மனமைதுனத்தில் அவ்வுருவை உயிர்ப்பிப்பான்!

பிணத்தைப் புணர்தல் - sex with the corpses எனும் Necrophilia மனநிலை ஏதோ மூளை நரைத்த அந்நிய உளவியல் நோய்க்கூற்றல்ல... அது உலகளாவியது. பல ஆண்டுகளுக்கு முன் கோவையில் பிணவறைக் காவலாளி ஒருவரிடம் இந்த விபரீத ஆசை மனிதர்களைப் பற்றிக் கேட்டுள்ளேன். Forensic Literatureல் இது தொடர்பாக நிறைய case history உண்டு. நினைவில் அடங்கா ஆசைபுகுந்த வினோத மிருகமும்தான் மனிதன்!

*

பிரச்னைகளின் கருங்களிம்பு எதுவும் ஒட்டாது உளம் உணரும் தருணங்களில் ஒரு வெறுமையான அமைதி அதில் மரணபயம் கவ்வுகிறது.

பிரச்சினைகள் உளம் அரிக்கும்போது ஏனோ மரண பயம் குடைவதே இல்லை.

மரணபயம் உலுக்காமல் வாழ, மனிதன் கடும் பிரச்னையின் மடியில் இருக்கவேண்டும்போல!

வாழ்வுக்கு யாரும் ஒத்துக்கொள்ளும் ஒரு அர்த்தத்தை மரணம்தான் வழங்குகிறது...

மரணமில்லையேல் வாழ்வில்லை!
மரணமிலாப் பெருவாழ்வு என்பது
தோன்றுவதுமில்லை

மறைவதுமில்லை!
இரவு பகலற்ற சூரிய வாழ்வு!
இரண்டில்லை எனும்
பேரமைதி!

*

ஓரோர் உயிருக்கும் அந்தரங்கமான அனுகூல சத்ரு அதனதன் ஊழ் - என்றொரு வரி தோன்றியதும், அசட்டு அல்லது அர்த்தமுள்ள சிரிப்பொன்று தானே மலர்ந்தது.

*

1330 குறளை பொருளுடன் உணர்ந்திராத தமிழர், முற்றும் துறந்த முனிவரேயாயினும் என்னைப் பெற்ற தந்தையேயாயினும் யான் பெற்ற மக்களே யாயினும் யான் இவரைப் பூர்த்தியாக மதிப்பதுமில்லை நேசிப்பதுமில்லை.

- தமிழறிஞர் வ.உ.சி

என்னே பொருள் பொதிந்த கூற்று!

*

உள்ளொன்று வைத்துப் புறமொன்று பேச இயலாமல், உள்ளொன்றை உள்ளேயே வைத்துப் பேசிக்கொண்டிருநதவர் ஒரு கட்டத்தில் மனம் பேதலித்தார்.

*

பூமியில் ஜீவராசிகளில் பொறாமை எனும் கல்யாணக் குணம் மனிதர்களுக்கு மட்டுந்தான் எனக் கருதுகிறேன். அப்படியே அது மயிரிழை அளவு பிற ஜீவராசிகளில் இருப்பினும் அது உயிர்தக்கவைக்க இயற்கை உந்தும் உபாயமாகவே இருக்கும். அதை இயற்கை உண்மையின் ஒரு ஏற்பாடாகக் கொள்ளலாம்! மனிதப் பொறாமை ஆசை யாலும் இயலாமையாலும் ஆனது.

*

மனிதருள் பொறாமைப்படத் 'தெரியாதவன்' பாக்கிய வான்; நிம்மதியானவன். ஒருவகையில் அவன் தெரிந்ததனின் றும் விடுதலையானவன்!

*

பொறாமை என்பது புற்றுநோய் மாதிரி...

முளையிலேயே கிள்ளி எறிந்தால் தப்பிக்கலாம். புற்று செல்கள் அதிவிரைவாகப் பல உறுப்புகளுக்கும் பரவுவது (metastases) போல, ஒருவர்மீது கொள்ளும் பொறாமை, ஊரார் அனைவர் மீதும் பற்றி உனக்குள் துயரமாகும். புற்று உள்ளிருந்து தொடங்குவது போல பொறாமையும் உனக் குள்ளிருந்தே புறப்படுகிறது. வெளித்தூண்டுதல் ஏதுமில்லை! உண்மையில் உன் பொறாமை பற்பலர் மீதூரினும், காரணம் ஒன்றேதான். நீ 'ஒருவர்' மீது தான் பொறாமை கொள்கிறாய்! அமைதியின்மைக்கு முழுமுதற்காரணம் பொறாமைதான். இந்த பொறாமை என்பதும் ஆசையின் ஒரு மாறுவேடம் தான்!

*

சிங்காநல்லூர், திருச்சி நெடுஞ்சாலை காவல் நிலையம் எதிரில், இருசக்கர வாகனத்தில் சிக்னலுக்குக் காத்திருந்தேன்.

திருநங்கை அருகில் வந்து டப்ப் பென கைகொட்டி 'அண்ணா' எனக் குரல் நீட்டினார்.

'போம்மா... சில்லறை இல்லே' என்றேனா, 'போம்மா சொல்லாதீங்க. ரெண்டாவதைச் சொல்லுங்க' என்று விட்டு விருட்டென நகர்ந்தார்.

'போம்மா' என்பதில் என்ன பிழை? ஒருவேளை என் 'போம்மா'வில் விரட்டல் தொனி உணர்ந்தாரோ... விரட்டல் தொனியில் இல்லாமல் சாதாரணமான சடவில் வரும் 'போம்மா'வைத் தானே சொன்னேன்...

சொல்லுக்கு அர்த்தம் தொனியிலும் கூடும் என்பதை பட்டறிவால் அறிந்தவன்தானே நான்!

என்னைப் போலவே சொல்லால் சூடுபடும் உள்ளம் போலும். வாழ்வைச் சொல்லுருட்ட விட்டால், விடியுமோ நம் இருட்டு தங்கையே!

*

சமீபத்தில் படித்தேன்: அண்மையில் ஒரு கருந்துளை 114 நாட்களுக்குள் ஒருமுறை அதிக வெளிச்சம் உமிழ்வதை விஞ்ஞானிகள் உறுதி செய்துள்ளனர். அந்தக் கருந்துளை குறிப்பிட்ட நாட்கள் இடைவெளியில் ஒளியை உமிழ்கிறதா

என்பதை 2020ஆம் ஆண்டு முழுவதும் கண்காணித்தனர் விஞ்ஞானிகள்.

அவர்கள் எதிர்பார்த்தபடியே மே 17, செப்டெம்பர் 7, மற்றும் டிசம்பர் 26 என்று சரியாக 114 நாட்கள் இடைவெளி களில் அசாஸ்ன் கருந்துளையிலிருந்து ஒளி வெளிப்பட்ட தாகக் கண்டறிந்தனர். அஸ்ட்ரோ பிசிகல் ஜார்னல் - இதழில் இந்தத் தகவல் வெளியாகியுள்ளது.

கருந்துளைகள், நட்சத்திரங்களைக் கபளீகரம் செய்யும் போது இப்படி பிரகாசமான ஒளி வெளிப்படுகிறதாம்.

சீரான 114 நாட்கள் இடைவெளியில் என்றால்?

இந்தப் பிரபஞ்சம் ஒரு கணக்காக, ஒரு திட்டம், ஒரு ஒழுங்கு, ஒரு தெளிவு என இயங்குகிறதோ?

அப்படியெனில் அண்டமே பிண்டமென்றான என்னை யும் ஒரு கணக்கே இயக்குகிறதோ என லேசான அச்சம் என்னில் சுரக்கப் புதல்வனிடம் விளக்கக் கேட்டேன்.

பதில் இப்படி : Order amidst chaos பா அது, mathematics is full of that.

எண்களின் எண்ணிக்கை கணக்கிட முடியாதது என்றா லும் அதற்குள் சின்ன சின்ன pattern இருக்கும்... Mathematics ஆல் விரிந்து கிடக்கும் Universe தானே அது... Example - ஒரு வட்டத்தின் சுற்றளவுக்கும் (circumference), விட்டத்துக்கும் (Diameter) உள்ள விகிதம் எப்போதும் 3.145 ஆகத்தான் இருக்கும்.

வேறு மாதிரி சொன்னால் எந்த ஒரு வட்டத்துக்கும் அதன் சுற்றளவு, அதன் diameter ஐ விட 3.145 மடங்கு பெரிதாகவே இருக்கும். கூடவோ குறைச்சோ இருக்காது.

பூமி என்ற வட்டத்துக்கும் இது பொருந்தும். வீட்டில் சுடும் தோசை என்ற வட்டத்துக்கும் பொருந்தும். ஏன், வயிறில் இருக்கும் வட்ட பாக்டீரியா காலனிக்கும் இது பொருந்தும்.

எனக்கோ கணக்கென்றாலே பெரும் பதற்றம். டீக்கடை யில் சரியாக சில்லறை எண்ணிக்கூட வாங்கத் தெரியாது! மேலும் கணக்கு என்றாலே, அதை தீர்க்கும் முயற்சி வேண்டி யிருக்குமே! Order amidst chaos - பெருங்குழப்பமடியில் ஒரு பேரொழுங்கு! நட்சத்திரங்களை விழுங்கிப் பசியாறும் கருந்துளைகளாம். அதனால், ஒருகணக்கில் அங்கே பேரொளி யாம்! நானோ ஒரு கவி. ஞான ஒளி பெற எனக்கெதுக்குக்

கணக்கு!

*

வீதியில் முற்பகலில் ஒருவீட்டில் 'வெள்ளை' அடித்துக் கொண்டிருந்தவரிடம், 'நம்ம வீட்டிலும் கொஞ்சம் வேலை யிருக்கு, இத முடிச்சுட்டு வர்றீங்களா? உங்க மொபைல் நெம்பர் குடுங்க' என்றேன்.

"மொபைல்லாம் இல்லீங்க... இதே வீதியிலேதானே உங்குளுது... எந்த வீடு சொல்லுங்க... சாயங்காலம் இங்க முடிச்சிட்டுப் போகும்போது வர்றேன்."

"இதே சைடிலே கடைசிக்கு முந்தின வீடு."

வெளிச்சம் மங்கின நேரம் வந்தார்.

சுத்துக்கட்டு அழுக்குச் சுவர்களில் 'வெள்ளை' அடிக்கப் பேசிவிட்டோம்.

இரண்டு நாட்கள் கழித்து காலையில் ஒன்பதரை மணிக்கு வந்தார். ஒரு பழைய டிவி எஸ் 50 வாகனத்தில், முதுகுப் பையில் மதிய உணவு, முன்னால் பெயிண்ட் பிரஸ், வேலையுடுப்பு என உற்சாகமாக இறங்கினார். மெட்டீரியல்ஸ் வாங்கி வைத்திருந்தோம். உடைமாற்றி, கையில் பிரஸ் பிடித்தவர், வேலை... வேலை... வேலை...

இடையில் டீ, புகை, மூத்திரம் என எதற்கும் நகரவே இல்லை. ஒற்றை ஆள். செயலே சொல் அவருக்கு. கேட்டதுக்கு மட்டுமே புன்சிரிப்பினூடே பதில் சொன்னார்.

கொண்டுவந்த சோறை மதியம் 10 நிமிடத்தில் உண்டவர், உட்காராமல் மாலை 6மணிவரை வேலை... வேலை... வேலை... எனத் தொடர்ந்தார்.

வேலையிலும் குறையொன்றுமில்லை. அவர் வேலை செய்யும் பாங்கை கண்களில் ஒற்றிக் கொள்ளலாம்.

நாள் கூலி 800 வாங்கிக்கொண்டு, நாளை மிச்ச வேலைக்கு வருவதாகச் சொல்லி விடைபெற நின்றார்.

அவர் காலையிலிருந்து மாலைவரை மொபலை நோண்டவே இல்லை - அவரிடம் மொபைலே இல்லை!

அவருக்கென சொந்தமாக மொபைல் இல்லையாம்!

"வேலையைக் கெடுக்கற அந்தக் கெரகத்தை வெச்சிருக்

கறதில்லேங்க" என்றார் புன்சிரிப்புடன்...

"ஓ"

"பையன்கிட்டே தான் மொபைல் இருக்கு. நான் உங்களுக்கு நெம்பர் குடுத்து நீங்க கூப்பிட்டா, பையன்தான் பேசி எனக்குச் சொல்வான்" என்றார் அந்தக் கர்மயோகி.

*

குழந்தை தனியே முழுமூச்சில் விளையாடுகையில் அங்கே ஆழ்ந்த அமைதி நிலவுகிறது.

*

எதிலும் முற்றிவிட்டால் உற்சாகம் அதில் வற்றிவிடும்.

*

என் அனுபவத்தில் ஒன்னே கால் வயது குழந்தை ஒன்று 40 வருடத்துக்கு முந்தின சில புகைப்படங்களைக் காட்டி 'அம்முலு... யார் இது?' எனக் கேட்டவுடன், டக் கென்று தாத்தா - பாப்பி (பாட்டி) எனச் சொல்லிவிடுகிறது.

இருபது ஆண்டுகள் பழைய சில புகைப்படங்களில் இருக்கும் தாய் - தந்தையை உடனேயே அப்பா - மாமி (அம்மா) எனச் சொல்லிவிடுகிறது.

Beyond Brain - மூளையைக் கடந்தும் ஒளியால் உணரும் குழந்தைகள்.

*

எதையும் ரகசியம் எனப் பேணத் தேவையில்லாத மனிதன்தான் பூமியில் முழுமையான சுதந்திரவான்.

என் உள்ளே ஒரே ஒரு ரகசியம்: எப்போதுமே எல்லா உயிர்களிடமும் கருணை! மாபெரும் படைப்பொன்று நூலாகும்போது, அதன் தலைப்பு : ரகசியமில்லாத மனிதன் - என்றிருப்பதே சாலப் பொருத்தம்!

*

"**B**ut you don't decide what to do with the info. Thought runs you. Thought, however gives false info that you are running it, that you are the one who controls thought. Whereas actullay thought is the one which controls each one of us." - David Bohm (American Scientist)

நாம் நம்முள் பாறையாகப் படிந்து விட்ட வெகுகாலப் பழக்கங்களை சுலபத்தில் உதிர்த்து விடுவதற்குத் தடையாக, நம்மை ஆட்டுவிக்கும் எண்ணம் இருப்பதை இந்த மேற்கோள் மூலம் உணரலாம். ஆசை துன்பத்திற்குக் காரணம். எண்ணம் ஆசைக்குக் காரணம்.

*

"**ம்**... என்ன நடக்கு?"

"எப்பவும் போலத்தான்... எனக்குள்ளே ஓயாம நடந்துட்டிருக்கேன்."

*

நல்லது கெட்டது கள்ளமென எதுவும் ஒட்டாத குழந்தையின் பால்மனம் ஞானிக்கானது.

*

எலட்டீரியன் நண்பரை மொபைலில் அழைத்தேன்.

"இன்னைக்கு லீவு தானே. வெளிவேலை இருக்காது. சும்மா ஒரு அரைமணி நேர வேலை. வர்றீங்களா"

"மத்தியானம் சாப்பிட்டுப் போட்டு கொஞ்ச நேரம் தூங்குவேன். சாயங்காலமா வர்றேன்."

"சரிப்பா. வாங்க பொழுதோட வாங்க. மத்தியானம் சாப்பாடு பலமா?"

"ஞாயித்துக்கிழமை யாச்சா... கோழிச்சாம்பார்"

*

நான் படைப்பதனால் என் பேர் இறைவன் - என்றார் கவிஞர் கண்ணதாசன்.

அந்த இறைவனையே முழுமையான ஒரு கதாபாத்திர மாக்கி எழுத்தில் படைத்துவிட முடிந்தவர்களே பெருங்கலை ஞர்கள்!

*

அகவை 64 ஐக் கடந்த தம்பதியினர்.

"ப்ளாக் ரோஸ் மெகந்தி பாக்கெட் வாங்கிட்டு வாங்க. உங்க தலைக்கு டை போடணும். வெளிலே என்னாலே தலை

காட்ட முடியலே - சுரிதார் போட்டுட்டு உங்களோடு வெளி யிலே போகும்போது, உங்களைப் பார்த்து, என்னோட அப்பாவான்னு கேட்கறாங்க. காதிலே விழுகலையா?"

*

நிலைக்கண்ணாடி முன் நின்றவர் முணுமுணுத்துக் கொண்டார்: என் கண்ணே எனக்கு பட்டுடும் போல இருக்கு...

*

குழந்தை ஒளிப்படங்கள் கோடி கோடியாக இருக்க லாம். ஆனால் பூமிக்கு குழந்தை ஒன்றே!

*

கடவுளை வம்புக்கு இழுக்காத கலைஞன் உண்டோ பூமியில் ...

தேரோட்டம் திரைப்படத்தில் (1971) கவிஞர். கண்ணதாசன் பாடல் ஒன்றில் முதல் நான்கு வரிகள் :

இறைவன் பூமிக்கு வந்தால் அவனும் பொய் சொல்லு வான்

இதயம் உள்ளவன் என்றால் - அவன் என்னைப்போல் ஆவான்.

அது போகட்டும். ஆண்டவன் கட்டளை - படத்தில் வைரங்களாக கண்ணதாசனின் இரண்டு வரிகள் :

ஒன்றே சொல்வார் ஒன்றே செய்வார்

உள்ளத்தில் உள்ளது அமைதி.

*

ஒரு முறை ஒரு பிற்பகல் தெருச்சண்டையில் ஒரு முறுக்கு மீசைக்காரரை நோக்கி இப்படி ஒரு அறைகூவல் :

"வாடா... வா... வந்து பாரு... உனக்கு மூஞ்சிலே மீசைன்னா எனக்கு முழங்கால்லே மீசை... வா!"

அறைகூவல் விடுத்தது, நடுத்தர வயதுப் பெண்மணி!

*

மாமிச உணவு நாட்டமும், காமத்தேட்டமும் தானாகவே என்னுள்ளிருந்து உதிர்ந்துவிட்டன.

பருவத்திலேயும் வடிவ வனப்புப் பேரழகி எவரிலும் அவர்தம் உள்ளத்தையும் பொருட்டாக்கியே ஏற்று அல்லது ஒதுங்கியவன், இன்று உடல் மூப்பும், மனமுதிர்வும் இயலாமையைக் கூட்டியது மட்டும் காரணமல்ல, முயற்சியா லன்றி ஒரு முழுமையான புரிதலுக்கு ஆட்பட்டேன்.

நாகத்தின் தாகம் தானே அடங்கியது. ஆசைமலர் உலர உயிர் அசைவில் அதை உடல் கிளை உதிர்த்தது.

உயிர் நீக்கிப் பொசுக்கிய மாமிசத்துடனும், உயிருள்ள மாமிசப் பொதியுடனுமான மாமிச மல்யுத்தம் முடிவுக்கு வந்தது ஒருநாள்.

இன்னும் புகையும் ஒரே ஒரு பழக்கமும் இப்படி தானே நீங்கினால், பிரம்மத்துக்குத் திரும்பி விடுவேன்!

*

'**பெ**ண்ணுக்குப் பெண்ணே எதிரி ' என்று சொல்லி, ஒரு ஆண் தப்பித்துக்கொள்ள முடியாது. அது வேறு விசயம்!

சொந்தபந்த உறவுமுறைகளில், பெண்களுக்கிடையில் தான் கூடுதல் சச்சரவுகள். பெண் தூண்டிவிட்டால், பின் ஆண் தனது அகந்தை சீற அதை முன்னெடுத்துச் செல்வான்!

பெண் அதிகமும் அவமானப்படுவது இன்னொரு பெண்ணால்தான் என்பது என் அனுபவ உண்மை.

சமீபத்தில் கணவரை இழந்த, புற நகரில் எங்கோ வசிக்கும், எனக்குப் பிடித்த ஒரு பெண்மணியை ஒரு சாவு வீட்டில் சந்தித்தேன். பார்த்து பல காலம் இருக்கும். தூரத்து உறவில் எனக்கு அக்காள் முறை. நாற்பதாண்டுகளுக்கு முன்பு அந்தக் காலத்தில் அவர் வீட்டில்தான் போய் வாரா வாரம் விகடன் படிப்பேன்...

அவர் பையன் பிள்ளைகளுக்குத் திருமணம் முடித்து அவர் பேரன் பேத்தி எடுத்தாச்சு.

"எப்படி இருக்கீங்க?" என்றதும், தனியே அழைத்துச் சென்று பேசினார்: “நான் எல்லாம் இப்ப செல்லாக் காசு ஆயிட்டேன் தம்பு. இப்படி எழவுகளுக்குத்தான் வெளியே வர்றேன். கல்யாணம் காட்சிகளுக்குப் பெருசாப் போறதில்லை. யாரும் மதிச்சுக் கூப்பிடறதில்லே. உதட்டளவிலேதான்...

என்னோட ரெண்டாவது மருமக தினமும் காலையிலே

வேலைக்குக் கிளம்பும்போது நான் எதிர்லே அவ கண்ணிலே படக்கூடாது. கௌம்பற அவ திரும்பி வீட்டுக்குள்ளே போயிருவா... என் தலை மறைஞ்சாத்தான் வண்டியை ஸார்ட் பண்ணுவா...

"இளையவன், குழந்தையில்லாத ஒரு விதவையைக் கட்டிக்கிட்டான். அதத் தொட்டும், 'உன் மகனுக்கு வேறு பொண்ணே கிடைக்கலையா'ன்னு பேசறாளுங்க. இந்த இளைய மருமகளுக்கும் இதே பிரச்னை... தண்ணிப் பைப்புச் சண்டையிலும், இவளை 'ரெண்டாவதாக் கட்டுனவதானே நீ... அறுதாலிடி நீ'-ன்னு மூஞ்சிக்கு நேராவே கேட்ககறாளுங்க. இதனாலே அவளுக்கும் அமைதியில்லே. சுத்தியிருக்கிற உலகம் மொத்தமுமே தன்னை அப்படியே பார்க்கறதா சந்தேகத்திலே புழுங்கறா. மனசு பாதிச்சிருச்சு. புருசனும் அப்படித்தான் பார்க்கிறானோனு சண்டை போடறா. இதுக்கும் அவ படிச்ச புள்ளே...

"சரி, நீ எப்படி இருக்கே... ஒரே பையன்தானே? ...பையனுக்குக் கல்யாணம் பண்ணிட்டே போல. நீயும் என்னை மறந்துட்டே. சரி, அது போகட்டும். இப்பவும் கதையெல்லாம் எழுதறியா?"

பகுத்தறிவுப் பகலவனை நெஞ்சில் ஏந்தாமல் தொலைத்துவிட்ட பெருவாரிச் சமூகம்.

*

"**எ**ன்ன சங்கரி, நான் ஒன்னை மறந்துட்டா, அதுக்குப் பேரு கவனக்குறைவு, அஜாக்ரதை, பொறுப்பற்ற செயல். அதே ஒன்னை நீ மறந்துட்டா, அதை ஞாபக மறதி, மண்டையப் புடுங்கி மயிரைப் பிச்சுக்கலாம்னு வருது... ஒன்னா ரெண்டா எத்தனையத்தான் ஞாபகம் வெச்சுத் தொலைக்கன்னு கத்தறே... இது உனக்கே நியாயமா இருக்கா?"

*

காலம் அது சீழ் மணம்.

நிகழ் அது நறுமணம்.

*

பொதுவாகவே இரண்டு நபர்கள் சேர்ந்தால் பேச்சானது, அங்கில்லாத மூன்றாவது நபரைப் பற்றிய

தாகவே இருக்கிறது. பெண்களிடம் இந்த (பொறணி) சங்கதி கூடுதல். தங்களைத் தங்களிடமிருந்தும், எதிரில் இருப்பவரிடமிருந்தும் பரஸ்பரம் மறைத்துக்கொள்ளும் உளவியல் தந்திரமே இது. ஒரு அனுபவ உதாரணம் :

முப்பது ஆண்டுகளாக மூன்று சகோதரிகளை அறிவேன். இப்போது ஓய்வூதியர்கள். இதில் இளைய சகோதரியும் நடுச்சகோதரியும், நேரில், போனில் உரையாடும் போது, மூத்த சகோதரி பற்றித் தான் புகார் பேச்சு... கடந்த இருபது ஆண்டுகளாகப் பார்க்கிறேன் - (யாருக்கும் இதை நம்புவது கடினம்... உண்மை என்பதென்னவோ நம்பிக்கைக்கும் அப்பாற்பட்டதன்றோ!) போனில் தினமும் மூன்று முறை, ஒவ்வொரு முறையும் குறைந்தது ஒன்னே கால் மணிநேரம்... புதுப்புது புகார்கள்! புதுப்புது ஆதங்கங்கள்... நேரில் வந்தாலும் ராப்பகலாக இதே மூன்றாம் நபர் பற்றித்தான் பேச்சுகள்.

இறந்த, இறந்துகொண்டிருக்கும், இறக்கப் போகும் முக்காலங்களிலும் விழுந்து புரளும் வில்லங்கப் பேச்சுகள்... மூன்றாம் நபரை தம்மோடு ஒப்பிட்டுக்கொண்டு சுய இரக்கப் புலம்பல்கள். சலிக்காமல் இவ்வகைப் பேச்சு தரும் போதை, இவர்களுக்கு கடைசி மூச்சு வரை கூட வரும்போல...

*

'**கல்**லோடு ஆயினும் சொல்லி அழு' - என்றொரு முது மொழியை ஒரு மூதாட்டி பேச்சில் கேட்டேன். பொதுவாகவே, தனிமையில் அழுபவரும் எவருமே தனக்குள் ஏதோ சொல்லிக்கொண்டுதான் அழுகிறார்கள்.

*

"**என்**னடி தங்கம்... யாரு மயிலிது... டுட்ட்ட்டுடுஊ... யாரு தங்கமயிலிது... யாரு செல்லமிது... என்னப் பெத்தாரு... மம்மு சாப்டுதா குட்டீமா...' - என சட்டெனப் பாட்டிகளால்தான் குழந்தைகளைக் கொஞ்ச முடிகிறது. ஏனோ தாத்தாக்களால் முடிவதில்லை. ரகசியமாக வெட்கப்படுகிறார்கள்.

'இங்க பாரு... இங்க பாரு... பாப்பா தாத்தா பாரு' - எனச் சும்மா சும்மா தள்ளி நின்றுகொண்டு அனத்துவார்கள்!

கொஞ்சும்போது லேசான பித்துமனம் கிளர்கிறது அவ்வாக்களுக்கு.

கிளரும் பித்துமனத்தைத் தாத்தாக்கள் தங்களை அறியாமலே அடக்கிக் கொள்கிறார்கள்!

*

சமீபத்தில் எதிலோ படித்தேன், முழு விவரம் மறந்து தொலைத்து விட்டேன். சாரம் இதுதான்:

முன்னொரு காலத்தில் - 1500 வாக்கில் வாழ்ந்த ஒரு இறைபக்தர், சிவயோகி இறையைப் பாடிக்கொண்டே இருப்பவர்; ஒரு கட்டத்தில், தான் பைத்தியம் ஆகிவிடும்போதும், அந்த இறைவனை மறந்து விடுவேனோ எனும் பேராதங்கத்தில், அதைப் பரிட்சித்துப் பார்க்க ஊமத்தங்காயைப் பறித்துத் தின்றாராம் பைத்தியமாக ஆகிப் பின் உன்மத்தத்தில் மேலும் தீவிரமாக எண்ணற்ற பாட்டுகளைப் பாடினாராம். நூற்றுக் கணக்கான நூல்களை யாத்தவராம் அவர்.

*

தன் சரியே, முழுக்கச் சரி.

தன் தவறு கொஞ்சமே தவறு!

தன் சரி, தன் தவறு தாண்டி பொது சரி, பொது தவறு என்பதும் சரியான சரி தவறு ஆகாது.

இயற்கையின் உண்மைக்குள்தான் சரிதவறுகள் அடங்கும்.

*

தினமணியில் ஒரு செய்தி (ஆகஸ்ட் 31 - கோவை பதிப்பு):

மின்வாரியத்தில் பணியாற்றி ஓய்வு பெற்றவர் கோவை தொண்டாமுத்தூர்காரர் துளசிதாஸ். மின்வாரிய தொழிற் சங்கத்தில் ஈடுபட்டவர்.

இப்போது தனது நாற்பது லட்சம் மதிப்பிலான வீட்டையும், வங்கி வைப்புத் தொகை உள்ளிட்ட அனைத்து சொத்துகளையும், கோவையில் மார்க்சிஸ்ட் கம்யூனிஸ்ட் கட்சிக்கு உயிலாக எழுதி, கட்சியின் தலைமைக்குழு உறுப்பினர் ஜி.ராமகிருஷ்ணனிடம் ஒப்படைத்திருக்கிறார். இவருக்கு மலர்க்கொடி எனும் மனைவியும் ஐந்து பிள்ளைகளும் உள்ளனர். துளசிதாஸ் தம்பதியினர் கூறியது: எங்களுக்கு

இரண்டு மகன்கள், மூன்று மகள்கள் உள்ளனர்.

மகன்கள் மனவளர்ச்சி குன்றிய நிலையில் உள்ளனர். நாங்களும் மூப்படைந்து விட்டோம், எங்களது கடைசி நாள்களில் எங்களைப் பாதுகாக்க உறவுகள், அரசு ஆகிய வற்றைத் தாண்டி கட்சியே பாதுகாக்கும் என்று நம்புவதால் எங்களது சொத்துகள் அனைத்தையும் கட்சியின் பெயருக்கு உயில் எழுதி வைத்துள்ளோம் .

என்னவொரு நம்பிக்கை, சார்ந்த கட்சி மீது!

இதுவும் ஒருவகைத் துறவுதான் - உறவுகள், அரசு இரண்டையும் துறந்து!

*

கடவுளால் கைவிடப்பட்டவர், கடவுளைக் கைவிட்ட வர் இருவருமே தம் வாழ்நாளில், ஒரு உறவுப் பேயிடமிருந்து தப்பிக்க இன்னொரு உறவுப் பேயிடமே சரணடைய வேண்டியுள்ளது.

*

உலக குழந்தைகள் தினம் - என்பதற்கும், குழந்தைகள் உலக தினம் என்பதற்கும்தான் எத்தனை வேறுபாடு!

சொல்வாக்கில் தான் மொழிக்கு செல்வாக்கு.

*

என் புதல்வன் 90களில் மூணாவது / நாலாவது படிக்கையில், தீபாவளி முடிந்த இரண்டாவதோ மூன்றாவதோ நாளில் பள்ளிக்குப் போகும் போகும்போது வகுப்பில் எல்லோருமே தீபாவளி புதுசட்டை போட்டுக்கொண்டு வருவார்கள்.

அப்பவும் அந்த நாளில் இரண்டு மூன்று மாணவர்கள் யூனிஃபார்ம் டிரஸ்சில் வருவார்களாம். ஒரு தீபாவளிக்கு மறுநாள் பள்ளிக்குச் சென்று விட்டு கசங்கிய புது டிரஸ்சில் மாலையில் திரும்பிய பையன் சொன்னான் சோர்வாக:

"சரவணனும் மணிகண்டனும் லோகேசும் புதுடிரஸே போடலைப்பா... எல்லாப் பசங்களும் இன்னிக்கும் ஏன்டா யூனிஃபார்மிலே வந்தீங்கன்னு அவங்களைக் கேட்டாங்க... அப்படியெல்லாம் கேட்கக்கூடாதுன்னு கீதா மிஸ்

சொன்னாங்கப்பா... ஏம்பா அவங்க புது டிரஸ் போடலை?"

சின்ன வயதிலிருந்தே நான் தீபாவளி போன்ற ஊர்க் கொண்டாட்டங்களின் போது சோகமாகவே இருப்பேன். டிரஸ், பட்டாசுகளில் ஆர்வம் குன்றியே திரிவேன்.

(சரியாக வெடிக்காத பட்டாசுகளின் மருந்தைப் பிரித்தெடுத்து கொட்டாங்குச்சியில் போட்டுப் பற்றவைத்துக் குப்பென்று புகைத்தீயின் பொறி மின்னிச் சீறும் விளையாட்டில் நாள் முழுவதும் தெருக்களில் பொறுக்கிப் பொறுக்கிக் களிப்பேன்.) இப்போதுமே நான் கொண்டாட்டங்களில் நமுத்துப் போன சீனிவெடிதான்!

*

படுக்கையிலிருந்து எழுந்தவன், தரையில் காலூன்றப் பார்க்கிறேன், நெருக்கி நெருக்கித் தரை முழுக்க நூற்றுக்கணக் கான மனித நாக்குகள் ஊர்கின்றன - என்பதாக ஒரு கனவு கிழிய விழித்தேன். என் நாக்கும் எனக்கு அருவருப்பானது...

*

தெரிந்து பழகாத, ஆனால் ஒரு தேர்ந்த பழக்கமாகத் தானே தொடரும் இவ்வாழ்வை ஏனோ நான் கண்டிப்பதே இல்லை.

*

தன்னைத்தானே தூக்கிச் சுமப்பவர்கள், தூக்கத்திலும் இறக்கி வைப்பதில்லை!

*

மனமெனும் கற்பிதத்தைவிட, சாதி எனும் கற்பிதம் கடுங்கொடுமை.

*

அடிப்படைத் தேவைகள் அனைத்தும் நிறைவுபெற்று, தேகத்தினுள் உயிர் பள்ளி கொள்ளும் மனிதனுக்காவது, நாளும் பொழுதும் அன்பாக இருக்கத் தடை என்னவோ?

*

யாரோ ஒருவருடன் எப்போதுமே பேசிக்கொண்டிக் கிறாரோ கடவுள்! எப்போதுமே தொடர்பு எல்லைக்கு

வெளியே...

*

நண்பர்களிடம் எப்போதுமே நான் கோரும் உதவி - பாதுகாப்பு தான்.

*

அரக்கியர் தாய்மடியிலும், அரக்கர்தம் தோள் தொற்றியும் கூட விளையாடத்தான் செய்கிறது வாழ்வு.

*

வேட்டை என்பது பசிக்கே நியாயம்... ருசிக்கோ கொழுப்பு.

*

தற்கணத்தில் தலைகுத்திக் குத்தி நகர யத்தனம்.
குப்புறக் குப்புறத் தள்ளுது தலைக்கனம்.
தோப்புக் கரணமே சரணாகதி.

*

புத்தனைப்போலவே, சுயநலநோதல் பொருட்டின்றி நீங்கினாலன்றி ஞானவாயில் திறக்காது!

*

சமாதானத்துக்கா சண்டை? சண்டைக்கா சமாதானம்?

*

'**கோ**பம் வந்தால் பேசவே பேசாமல், அமைதியாக விடுவார். பாலாவிடம் நான் அப்சர்வ் பண்ணினது அது அங்கிள்... எனக்குமே அதுதான் பிடிக்கும்' என்கிறார் தன் கணவர் குறித்து இளம் மனைவி. வித்தில் இருக்கிறதோ விதி.

*

அலங்கரிக்க, அலங்கரிக்க வாழ்வின் நிலையாமை அழுத்தம் பெறும். ஒப்பனை எதுவுமே கோமாளியின் உடைதான்!

*

அகந்தை களைந்தவரையும், மிகச்சுலபமாகப் பைத்தியம் எனக் கண்டுகொள்கிறது உலகம்!

*

அட இழவு வீட்டில் இறந்தவன் நான்... நாந்தானே பிணமாக இருக்க முடியும்? குறுக்கே மாலையுடன் வந்து பாடையேறக் குதிக்கிறாயே...!

*

நிழல் கருமையைத் துடைத்துத் துடைத்துப் பார்க் கிறாய், நிறம் அகலவில்லை. உருவத்தை அகற்றுடா அற்பனே... எனக் கெக்கலிக்கிறது எங்கிருந்தோ ஒரு குரல்.

*

பிறருக்கு இன்னா விளைவிக்கும் எந்தத் தவறைக் மாகவிஞன் செய்துவிட முடியும்!

*

என் அகநூலில் உள்ளதுதான், நீங்கள் என் முகநூலில் வாசிப்பதும்; ஒரு வரியேனும் கூடப் புரண்டு படுப்பது கிடையாது. நெஞ்சு நிமிர்த்தி மல்லாந்த நிஜம்!

*

திருமணம் முடிந்த புதிதில், அந்த ஐ.டி.இளைஞன் மனைவியிடம் சொன்னது: 1. உன் அப்பா அம்மா வேறு, என் அப்பா அம்மா வேறு எனப் பிரித்துப் பார்க்க வேண்டாம். 2. பகிர்ந்துன்பதைப் போலப் பகிர்ந்து பணிகளை மேற்கொள் வோம். 3. நம் தனிவீட்டில் இங்கே கருத்துகள், கருத்துகளோடு மோதிக்கொள்ளட்டும்; நாம் மோதிக் கொள்ளாமல், அமைதி காப்போம். உறவுகள் பேணிப் போக இதுவன்றோ விவேகம்.

*

காணாமல் போன ஒன்று கிடைத்தால், அது இருந்தபோதிலும் விட மகிழ்ச்சி கூடத்தான் நீடிக்கும்... மீண்டும் காணாமல் போகும் வரை...

*

"**அ**வர் யாரு பெரிய ஆளா?"

"அவசியம் தெரியணுமா? எதுக்கு?"
"உட்காந்து பொறாமைப்படத்தான்."

*

சொல்லிக்கொண்டிருக்கும் போதே, சொல்லப்படும் விஷயத்தை என் கவனம் தொட்டுக் கொண்டிருக்க வேண்டும் எனப் பதறிக் கோபப்பட்டு, வைகிறாய் நீ... கற்பூரம் போலப் பற்றி எரியும் கவனம் வாய்க்கணும்... பழைய டியூப்லைட், ஸ்விட்ச் போட்டதும் டக்கென எரியாமல் படக்படக்...கென கண்சிமிட்டிக்கொண்டேயிருந்தால் மனஅழுத்தம் வருவதில்லையா உனக்கு?

*

கேட்பாரில்லை... நானும் கேட்கவில்லை... ஆனாலும் நாளும்பொழுதும் உளறிக்கொண்டேயிருக்கிறது மண்டைக் கஷாயம் குடித்த மனம்!

*

கண்டுகொண்டு என்ன செய்ய, காலம்தான் அமைதியைக் குலைப்பதென...

*

பிள்ளைப் பிராயத்தில் வேடிக்கை காட்டினால் அழுகை நிறுத்துவாய். முதுமையில் தற்போது நீயே வேடிக்கை பார்த்து அழுகையை நிறுத்திக்கொள்.

*

நான் ஒரு தான் அறுந்த நான் - ஆகணுமே!

*

தலையணைக் கணம் குறைந்தாலும் தூங்குபவன் புண்ணியவான். பழக்கம் நீங்கப் பெற்றவன் பாக்கியவான்.

*

நம்புங்கள்... இன்று மாலை வெளியில் கிளம்புகையில் 3.40திலிருந்து 3.46வரை அது நடந்தது. ஹெல்மெட்டை, பதற்றத்துடன் தேடித்தேடி.... நாலாவது நிமிஷம்... ஒரு திடுக்கிட்ட தருணம்... கண்டுகொண்டேன் அது என் தலையில்

தான் இருந்தது!

*

ஒன்றை ஆசைப்படுவதே போதும்... அதிலேயே ஒரு சந்தோஷம்... ஆசை நிறைவேறுமா நிறைவேறாதா எனும் எதிர்பார்ப்பின் சஞ்சலமின்றி சுதந்திரமாக ஆசைப்படும் போது, அந்த ஆசையே தன்னளவில் சந்தோஷம்.

*

அம்மாவின் இடுப்பிலிருந்து இறங்க முரண்டும் குழந்தைபோல, உங்கள் மனதிலிருந்தும் இறங்க மறுக்கும் ஒரு குட்டிக் கவிதைக்கு காத்திருக்கிறேன்.

*

இல்லறம் என்பது சுபவிரயம்.

*

தமிழ்மொழி எழுத்துகளில் எனக்கு மிகப்பிடித்த எழுத்து 'ம்' என்பதாகும்.

*

'**உ**டம்பெலாம் வாயாய்ப் பிதற்றுகின்றேனே' என்றொரு அங்கலாய்ப்பு வரி, தாயுமானவரின் ஒரு பாடலில் உள்ளது. ம்...

*

பூமிக்கு கீழே நீ, இப்படி அகழ்ந்து அகழ்ந்து பேராசை யின் சுரங்கம் தொண்டிப்போனால், கடல் ஒருநாள் உன்னைக் கண்டிப்பாக விழுங்கும்.

*

இழந்தேன் எனும் ஏக்கம் எதுவுமில்லையெனினும், ஏனோ 'போகிறேன்' எனும் வெறுமை வாதம் எப்போதாவது சுரக்கிறது!

*

எண் திசையும் சுவர்களில் மோதிக் குடை சாய்ந்தாலும், தத்துப்பித்து மனம் கொண்ட கவிஞனுக்கு இன்னுமே அதே

நடைவண்டிதான்.

*

இயற்கையின் வீரிய கட்டளையான 'கலவி செய்' என்பதில், நீதி - அநீதி எனும் அடிப்படை விழுமிய அறக் கேள்வி பொங்காதோ?

*

சிலவேளைகளில் கண்டதையும் கேட்டதையுமே அறிவாகக்கொண்டு, குழந்தைகள் தானே பேசிக்கொண் டிருக்கும். அதுபோலவே தான் என்னிந்த நிலைக்கூற்றுகள்... 'பிறக்கும் முன்னே இருந்த உள்ளம் இன்று வந்ததடா' - என்பது கண்ணதாசன் வரி.

*

நடக்கிறேன்... விடு விடு விடு வெனவே...

*

சில பொழுதுகளில் சொல் எனுமொரு வெண்புரவி எனைச் சுமந்தலைகிறது.

*

கிறிஸ்துமஸ் கேக் துண்டை, வேண்டாங்கா... வேண்டாங் கா... வேண்டாங் கா...! என்றபடியே கையை நீட்டி வாங்கமுன்னும் அந்த, தந்தையில்லாச் சிறுவனின் வார்த்தை வெகுளித்தனம் எனக்கு அழுகை மூட்டியது.

*

"**மா**ஸ்ரே... நல்ல டீயா ஒன்னு போடுப்பா..."
"வந்து போட்டுக் காமிப்பா."

*

ஓடாதே நில்லு... அட.... ஓடாதே நில்லு... ஓடாதே - என என்னைத் துரத்திக்கொண்டே வருகிறது மனம்.

*

இதொன்றும் விபரீத ஆசையில்லை. நான் இறந்தவுடன் முகத்தில் புன்னகை மலர்ந்திருக்க வேண்டும். மின் மயானத்தில்

அந்தப் புன்னகை சாம்பலாகாமல் வெளியெங்கும் பறந்து திரிய வேண்டும்.

*

கருக வறுத்த பச்சரிசியை, அம்மியில் பட்டாக நுணுக்கிப் பொடியாக்கி, சில சொட்டுகள் விளக்கெண்ணெய் விட்டு, உன் பாட்டி தயாரித்த, அந்த சாந்துப்பொட்டிட்ட உன் வெண்பளிங்கு நெற்றியிலிருந்து வீசும் நறுமணம் எங்கே? வானில் ஒளிவீசும் வெண்ணிலாவைக் காணும் போதிலெல்லாம் நாசியைத் தடவி நிறைக்கிறது அது.

*

இழப்பதற்கு ஒன்றுமில்லை என்பதில் எனக்குத் துளியும் வருத்தமில்லை. தருவதற்கு எதுவுமில்லை யாருக்கும் என்பதில்தான் சங்கடம்.

*

புகைக்க இயலா ஆற்றாமையின் புகைச்சல், சிகரெட் நிறுத்திய நாட்களில், புகைப்பவர் மேல் படிகிறது.

*

மேடைப் பேச்சுக்கு முதல் தகுதி கால விவேகம்.

*

சின்னஞ் சிறுமியாகப் புன்னகைக்கிறது துளசிமாடம்.

*

மிக நல்லவர்களிடம் ஒருவித ஒவ்வாமை கலந்த வெறுப்பைக் காட்டுகிறான் அவன். குற்றவுணர்வோ?

*

தேவாலயத்தின் பிரம்மாண்ட காப்புமதிலோரம், பனியில் நனைந்தபடி ஒரு ஆட்டுக்குட்டி நள்ளிரவுப் பிரார்த்தனையில் நிற்கிறது.

*

எப்புறமும் கரையற்ற நதி எனதுள்ளம்.

*

கடுகடு சிடுசிடுவென முகம் காட்டும் உனக்கு, மூப்பின் அலுப்புச்சுருக்கம் மேனி முழுவதும்...

*

அவரைக்காயில் புழுவைவிட, ஆப்பிளில் புழு காண்பதில் அருவருப்பைக் குறைவாய் உணர்கிறான் மனிதன்.

*

வாழும்போதே, Fossill ஆகிக்கொண்டிருக்கும் மனித இதயம், வியப்பதற்கு ஒரு விஷயமும் வேண்டாமல் வறண்டு கொண்டிருக்கிறது.

*

உன் சிந்தையின் கள்ளக்குறட்டை, உனக்கு என் சொல்லை வியக்கவிடாது.

*

ஏதோ ஒரு இனம்புரியாக் குற்றவுணர்வு, என் கூச்சத் தினுள் நெளிகிறது. கல்லாதான் சொற்காமுறும் கோளாறு, இக் கூச்சத்தால் களையப்படும்!

*

உச்சி முதல் பாதம் வரை அன்பால் நிறைந்தவனுக்கு, வெளியிலிருந்து அன்பின் ஒரு துளியும் தேட வேண்டாம்.

*

ஆளற்ற விளையாட்டு மைதானம் எனினும் காணும் போது குதூகலம்.

*

கோவில் அன்னதானச் சாப்பாட்டு இலையில் ஊறுகாய்க்கு ஏங்கும் மனிதா, போதுமென்ற மனமும், நோயற்ற வாழ்வின் குறைவற்ற செல்வமும் வாழ்வில் நிறை. வருமான வரியற்ற செல்வம்!

*

மனத் தெருப் பிச்சைக்காரர்கள், நமக்குள் எதற்குப் போட்டி? யார் நெம்பர் 1 என்றுதான்...

*

ஒருவர் இன்று முதல் புகை நிறுத்தலாமா என, கணபதி படம் போட்ட தேதி கிழிக்கும் நாட்காட்டியில் நாளெப்படி என எட்டிப்பார்த்தார். அவர் ராசிக்கு அன்று சந்திராஷ்டமம். நல்ல காரியம் விலக்கவும் என்றிருந்ததால், நாம் கெட்ட காரியத்தைத்தானே விலக்கப்போகிறோம் எனக் குழம்பியவர், நிறுத்தும் தீர்மானத்தை எதற்கு கிரகவம்பு என்று வழக்கம் போலத் தள்ளி வைத்துவிட்டார். 'பிடிக்கணும் - விடணும்' என மாறிமாறி மனதில் புகையும் இந்த இருமை முரணை முதலில் விடணும். புகையெண்ணம் ஒருநாள் தானே எரிந்து சாம்பலாகும்!

*

முன்பெலாம் விழித்ததும், கனா சங்கதிகளை, ஒவ்வொரு முட்டையாக எடுத்து பத்திரமாக அட்டைக் குழியில் அடுக்குவது போல நினைவில் வைக்க முடியும். இப்போதெல்லாம் விழித்தபின் கனாச் சங்கதிகள், உடைந்து தரையில் வழிந்தோடுகின்றன. விடுபட்ட உணர்விலோர் வியப்பு!

*

'இட்லியில் உலக சாதனை படைத்த டாக்டர் மு.இனியவனின் தயாரிப்பில்...' என்றொரு விளம்பரம். இட்லி நிறுவனப் பெயர்: மல்லிப்பூ இட்லி. 'உலகிலேயே முதன்முதலில் பல்வேறு வடிவ சுவை இட்லிகளைச் செய்து டாக்டர் பட்டம் பெற்ற ஒரே நிறுவனம்...' என்ற குறிப்பு. நூறுவகை இட்லிகளில் ஒரு இட்லி: பீசா இட்லி.

*

உறக்கக் கனவுகளில் எக்ஸ்போஸாகும் நமது நடுங்கும் ஏக்கங்கள் யாவும், விடிந்ததும் கலைந்து போகின்றன. மனதுக் கொரு அன்றாடக் கனவுக்குளியல் நன்றுதான்.

*

வகுப்பறைப் பரிட்சைபோலான வாழ்வில், அன்றாடம் எதையாவதைத் தவறவிடும் அல்லது தவறில் மாட்டிக் கொள்ளும் கனவுகளே அதிகம்.

*

உள்வாங்கி, வெளிப்படுத்தும் தொடர்புப் பேச்சுக் குறைபாடுடன், மன இறுக்கம் கொண்ட - ஆட்டிசம் எனும் மனக்கோளாறு - பாதித்த இரு பிள்ளைகளுடன், பதினான்கு ஆண்டுகளாக வாழ்ந்து வரும் நண்பர், எப்போதுமே கலகலவென பேசுவார். தம் சொந்த சோகமுகம் வெளித் தெரியாமல், மலர்ந்தே பேசும் அவர் எட்டாண்டுகளுக்கு முன், முதன்முறையாக, ஷிப்ட் முடிந்து வீடு திரும்பும் முன்னிரவில், நடந்துகொண்டே, தம் பிள்ளைகளின் துயரம் பற்றிப் பேசினார். ஒரே ஒருமுறை தான் இப்படி மனம் கசியப் பேசியது.

நேற்று மாலை சந்தித்தோம். பலமுறை, சாதாரணமாக, இயல்பாக என் வாய்வரை வந்துவிடும், 'குழந்தைகள் எப்படியிருக்காங்க' எனும் கேள்வி, கவனம் ஏறியதும் சுருண்டு விடும். கேட்டு, அவர் மனநிலையை விசன வெளிக்குத் தள்ளுதல் பண்பல்ல என விடுகிறேன். ஆனால் அவரைக் காணும் போதும், பார்க்காத போதும் பல நாட்கள், அக்குழந்தைகளை மனதுள் விசாரித்துப் பிரார்த்திக்கிறேன்.

*

'எழுத்து உன் சொல்பேச்சு கேட்கிறது. நிறைய எழுதும்' - என கவிஞர் தமிழ்நதி அவர்கள் ஒரு முறை, ஒரு இளம் எழுத்தாளருக்குக் கூறினார். அழகான, ஆழமான, அர்த்த முள்ள வரி.

*

ஒரு துண்டு மேக நிழல், தரையில் துணையாகக் கூட நடந்து வருகிறது. அண்ணாந்து வானில் அந்தத் துண்டு மேகத்தைப் பார்க்கவும் ஏனோ தயங்கி, எங்கோ விரைகிறான்.

*

பாழடைந்த, வானுயர்ந்த கட்டடமொன்றின் மூலைச் சுவரில் தொங்கிய சிலந்திவலையின் நூலாம் படையைப் பிடித்துத் தொங்கி இறங்கி வருவதுபோல, நேற்றிரவு ஒரு கனவு. இரவும் பகலும் எத்தனை சாகசத்துடன் கழிகிறது பாருங்கள்!

*

இயற்கையான சாவுகளைக்கூட, தற்கொலையாக இருக்குமோ எனச் சந்தேகிக்கிற சமூகமனம் வாழும் காலமிது.

*

ஃபேஸ்புக்கிலே ஏன் நேரத்தை வீணாக்குகிறாய் - எனக் கேட்டவருக்குச் சொன்னேன்: The Time you enjoy wasting is not wasted Time - பெட்ரன்ட் ரஸ்ஸல்.

*

'**தூ**ரம்' எனும் சொல்லுக்குள் ஒளிந்து நிற்கிறது 'காலம்.'

*

எவ் வண்ணத்தின் நிழலும் கருப்பே!

*

சீரியஸாகச் சொல்கிறேன்..... இந்த மிடில் ஏஜ் பெண் களுக்கு பிளவ்ஸ் தைத்து, மீளும் டெய்லர்கள் கைவினைக் கலைஞர்களில் உச்சமானவர்கள்! இதில் ஆண் நிபுணர்களே அதிகம்!

*

குரங்குக்குப் பேச்சு வந்தால், குரங்காட்டி பாடு திண்டாட்டம்தான்!

*

500 ரூபாய் தாளுக்கு டீ கடையில் சில்லறை கேட்டேன். கல்லாவில் நோட்டைத் தடவியர், 'மொடமொடப்பா இருக்கே... செல்லுமா' எனத் தயங்கினார். சட்டெனப் பிடுங்கி, நோட்டுத்தாளில் என் மொபைல் எண்ணை எழுதித் தந்தேன். 'செல்லனேனா கூப்பிடுங்க' என்றேன். 'இப்ப சுத்தமா செல்லாது... போ. நோட்லே எதுவும் எழுதக்கூடாது. தெரியு மில்லே' எனத் திருப்பித் தந்தார்.

*

கலங்குவது தானே தெளியும்!

*

எது பிறக்கவும் வலி இல்லாமல் முடியாது!

*

அன்றாடம் உறக்கக்கனவு - ஒரு முழு நீள அசட்டுத் தமிழ்த் திரைப்படம் பார்த்தது போலத்தான். படத்தில் மூத்திர இடைவேளை வேறு!

*

பேத்தி பேசிய முதலாவது முழுநீள வாக்கியத்தை அடிக்கடி நினைவூட்டிக்கொண்டு பேசும் தாத்தாக்களுக்கு ஆயுளில் சில ஆண்டுகள் கூடக்கூடும்.

*

வீட்டின் பின்தெருவில், இருசக்கர வாகனத்தில், காலை பத்துமணி வாக்கில் மீன்காரர் வருவார். தரையில் அமர்ந்து கோணிச்சாக்கு விரித்துப் பலகையில் வைத்து, மீனை வெட்டிச் சுத்தப்படுத்துவார். அருகில் ஒரு செம்பட்டை நாய், அறுபடும் மீன் மாமிசம் மீது எட்டிப்பாயாது, பொறுமையாக உற்றுப்பார்த்துக் கொண்டிருக்கும்.

நான்கு அம்மணிகள் மீன் வாங்கியதும், மீன்காரர் புறப்பட எழும்முன், முன்பெல்லாம் மீனிறைச்சிக் கழிவுகள் அந்த நாய்க்கு உண்ணக் கிடைக்கும். சமீபகாலமாக, மீன் கழிவுகள் அதே கோணிச்சாக்கில் மூட்டையாகி, கோழித் தீவனத் தொழிற்சாலைக்குப் போகிறது. ஆனால் இப்போதும் அந்த செம்பட்டை நாய்க்கு அம்மணிகள் கையால் நாலு மீன் எலும்புகள் கிடைக்கிறது.

நாயின் பொறுமை, பூனைக்குக் கிடையாதாம். ஒருமுறை தன் மேசை மீது, தானுண்ணும் தட்டிலில் இருந்த மீன் வறுவல் மீது பூனை பாய்ந்துவிட்டது என்றார் நண்பர்.

*

புன்னகைகளில் தான் எத்தனை விதம்: குறும்புன்னகை, கூச்சப்புன்னகை, சங்கடப்புன்னகை, சதிப்புன்னகை, வஞ்சப் புன்னகை, வசீகரப்புன்னகை, அசட்டுப்புன்னகை, அதிகாரப் புன்னகை, வெகுளிப்புன்னகை, வெறும்புன்னகை. குழந்தைகள் விரிவாகப் புன்னகைப்பதில்லை. கலகலவென வாய்விட்டே சிரித்து விடுகிறார்கள். லேசான முறுவல் உண்டு.

*

தின்பண்டம் மறந்து, குதித்தாடும் தீராத விளையாட்டுப் பிள்ளை என்றாகணும் மனது.

*

நடுங்கிய என் மாமிச சிந்தை ஒடுங்கியது.
காலம் அமைதியில் கிடக்கிறது.

*

புத்தகக் கண்காட்சியில் ‘தமிழினி’ அரங்கில் ஆன்மீக மெய் உணர்வாளர் சுதாகர் உடன் கனவுகளின் விசித்திரம் குறித்துப் பேசிக்கொண்டிருந்தேன். அன்றிரவு கனவில், மறைந்த, விடியல் பதிப்பகம் சிவா, என்னைக் கட்டிப்பிடித்து விளையாட்டாகத் தூக்கித் தட்டாமாலை சுற்றுகிறார். நான் முன்பின் பாத்திராத இடம். அடுத்த காட்சியாக என் டவுசரில் சுருண்டு சுருண்டு ஒட்டியிருந்த நூல்புழுப் போலானவற்றைத் தட்டித்தட்டி விடுகிறேன். அத்தனையும் குட்டிப் பாம்புகளாக இறங்கி ஓடுகின்றன. நான் முன் பார்த்திராத புதிய இடம் கனவில் வருவதெப்படி?

*

கேட்டவரின் மனதில் படியும்படிக்கு, பேருந்தின் வழித் தடத்தைத் துல்லியமாகச் சொல்லி முடித்தவரின் முகத்தில் தான் எத்துணை நிம்மதிப் பிரகாசம்!

*

அட கடவுளே! நான் நிஜமாகத் தூங்குவதும் ஒரு நடிப்பா!

*

எவரையும் சற்றே உரத்த குரலில் அன்பாக அழைப் பதைத் தவிர, என் போதையில் எனக்கு வேறு பங்கில்லை.

*

என் இஷ்ட தெய்வங்கள் இரண்டு: நாமகள், நாகாத்த அம்மன்.

*

அழுக்காவது அதன் இயல்பு. துடைத்துக்

கொண்டேயிருப்பது என் இயல்பு.

*

பெண்ணின் பிரசவ வேதனையை, பெண்ணே எழுதினாலும் மொழியால் முழுமையாக அள்ளியிருக்க முடியுமா, தெரியவில்லை.

*

'**நா**ன்' என ஒன்றுமில்லை எனத் தீர்க்கமாகத் தோன்றிய, பிரம்ம முகூர்த்தவேளையில், படுக்கையில் எழுந்தமர்ந்து கடகடவெனச் சிரித்தேன். சிரித்ததும் நானல்ல, அண்டன்!

*

நான் வாய்விட்டுச் சிரிப்பதெல்லாம் உனக்காக. உள்ளுக்குள் நகைப்பது எனக்காக!

*

என் மெய் ஆசான் சொன்னார்: "உயிரை உருட்டவே படாத பாடுபடும் மனிதஜீவன்கள் மத்தியில் உன் விசனத்துக்கு நியாயமே இல்லை."

'ஆம் ஆசானே... வேண்டாத சுமைமனம் ஒன்றைக் காவடியாகச் சுமந்து திரிகிறேன்... பிச்சைமனம் அடங்குதிலை. உயிரின் கடைசித் துளியையும் உலகோர்க்கு உண்ணத்தரும் மனமுண்டு ஆசானே!'

*

என் மொபைலினது சார்ஜ் தீர்ந்தடங்கியதும் அமைதியானது உலகம்.

*

இரு சக்கர வாகனத்தை நிறுத்திக் காலூன்றித் திரும்பி, 'பாஸ்' எனச் சத்தமாகக் கூப்பிட்டார். இவர் திரும்பிப்பார்க்க, 'ஓ... ஆளு மாறீட்டுது... நீங்க போங்க' என்றார் அவர். மறுநொடி இவர் மனசு பொக்கொன்றாக, தலை சாய்த்து நடந்தார்.

*

ஒரே மரபணுவில் பிறந்த இரண்டு குழந்தைகளும், ஆளானதும் வெவ்வேறு குணஇயல்புகளுடன் அமைவது எங்ஙனம் எனும் சந்தேகத்திற்கு, வேதியியலுக்காக நோபல் பரிசு பெற்ற உயிரியளாளர் வெங்கட்ராமன் ராமகிருஷ்ணன், ஒரு நிகழ்ச்சியில் ஒருவரின் கேள்விக்கு அளித்த பதிலில் விடை கிட்டியது: ஜீன்கள் எல்லாம், புளூபிரிண்ட் போன்றதல்ல; சமையல் குறிப்பைப் போன்றவை. ஒரே சமையல் குறிப்பை வைத்து, நான்கு பேர் சமையல் செய்தால் வேறுவேறு மாதிரி இருப்பது போலத்தான் ஜீன்களும்! தாயும் பிள்ளைக்கே வாயும் வயிறும் வேறே!

*

"நான் செத்தாலும் என் மூஞ்சிலே நீ முழிக்கக்கூடாது" என இவர், ஒரு உறவுக்காரனிடம் சொல்ல, அவர் சொன்னார், "நான் வந்தா, நீ அப்ப பாத்துட்டா இருக்கப்போறே?" நல்ல கண்ணோட்டம்!

*

முன்னிரவில் தட்டுக்கடையில் சாப்பிட்டுவிட்டு, முப்பது ரூபாய்க்காக கடையில் பணியிலிருந்த சிறுவனிடம் ஒற்றைப் புது இருநூறு ரூபாய்த்தாளை நீட்டினேன். அவன் கையில் வாங்காமல், முதலாளியின் முகத்தை ஏறிட்டான். முதலாளி தலையசைத்து, சில்லறை வாங்கி வரச்சொல்லி அனுப்பினார். பையன் அரைமணி நேரமாக வரவேயில்லை. காணும் பொங்கலுக்கு ஊருக்குக் கிளம்பிவிட்டான் போலும்... எதுவாயினும் நல்லதாய்ப் போயிற்று... அவன் வரக்கூடாது என்ற பிரார்த்தனையோடு உடனே கிளம்பி விட்டேன்; சார் இருங்க... இந்தாங்க' எனும் தட்டுக்கடைக்காரரின் கைதட்டும் குரலுக்கும் செவி சாய்க்காமல், வண்டியை முடுக்கினேன்.

*

இந்தக் கனத்த கம்பளிப்புழுவின் ரோம முதுகைத் தடவித்தரும் கருணைத் தெம்பை எனக்குத் தாராயோ பராசக்தி!

*

தொட்டில் ஆட்டுவதை நிறுத்தினால், காலுதைத்து வீறிடும் குழந்தைபோல, முகநூலில் நிலைக்கூற்றுக்கு 'லைக்'

நின்றால், மனம் உதைக்கிறது!

*

புயலும் பெருமரங்களையே வீழ்த்தும்... சிறுமரம், செடி கொடிகளுக்கு கருணை வழங்கும்.

*

வாடிய பயிரையும் ஏனிப்படிப் பிடுங்கி எறிகிறாய்... வழக்கமான உன் வன்மத்தைக் காட்ட மனித இனத்தில் இன்று எவரும் கிடைக்கலையா...

*

நினைத்தாலே முக்தி திருவண்ணாமலையை! எனும் போது நினைத்தாலே சுவாசத்தில் விஷமேறும் சில சொந்த பந்தங்களை... என்பதையும் நீங்கள் நம்ப வேண்டும்!

*

இரு சக்கர வாகனத்தில் செல்லும்போது, திசை திருப்புகையில் 'இன்டிகேட்டர் லைட்' போட்டாலும், சொந்தக்கையால் சைகை காட்டிப் போவதில்தான் நம்பிக்கை!

*

மறதி பழக்கமானால், எப்பவுமே எதையோ மறந்து விட்டோமா எனும் ஐயப் பழக்கமும் தொற்றிக் கொள்ளும்!

*

யாருமற்ற தனியறையில் படுத்துக் கொண்டிருப்பவனுக்கு மேலே சுழலும். ஃபேனே துணை. அது கடக்க கடக்க கடக்கவெனச் சுழலுகிறது.

*

பச்சிளம் குழந்தையின் சுண்டு விரலினும் சின்னப் பூட்டு... அப்போதுதான் முட்டையிலிருந்து வெளிவந்த பல்லிக் குஞ்சு போன்ற சாவி... என்னே வேடிக்கையடா உங்கள் பத்திர உலகம்!

*

அதென்ன வாழ்க்கை பாடம் புகட்டுவது? கையிலே

குடுத்தா வாங்கிக் குடிக்க மாட்டேனா... நானென்ன பச்சைக் குழந்தையா? அட... போங்கப்பா...!

*

அழைத்தால் எடுக்காமல் இருப்பதற்காகவே, சிலரது எண்களை நம் மொபையில் பத்திரப்படுத்த வேண்டியுள்ளது. வாழ்வில்தான் எத்தனை விபரீத சேகரங்கள்!

*

"**நா**ன் அப்பவே சொன்னேன் பா... உங்கப்பா தான்..." - எனப் பையனிடம், ஆறு வயதிலிருந்து அவனது அறுபது வயதுவரை ஒலிக்கும் அம்மா குரல்!

*

பால்குடி மறக்கடிக்கப்பட்ட குழந்தை, தாயின் மாரை நச்சரிப்பதுபோல, காலநேரம் பாராது மனதை முட்டுகிறது மொழி.

*

பிரம்மாண்ட கல்யாண அரங்கம். பெரும்பொருட் செலவு. ஆயிரக்கணக்கான வருகையாளர்கள். கார்களின் எண்ணிக்கை ஆயிரம் தாண்டும். ஒரு இலைக்கு சுமார் மூவாயிரம் ரூபாய் என உணவுச் செலவு கோடி தொடும். எல்லாம் சரி, அரங்கின் பின்புறம் வெளியே போகும் வழியில் ஒரு அறிவிப்புப்பலகையில் ஏனிப்படி? DRIVERS' DINNING HALL.

*

உலகில் ஒருவரது நாக்கின் மென்னுணர்வுப் பகுதி போல, பிறிதொருவருக்கு இருக்காதாம். உறவுரையாடல்களில் பயப்பட வேறென்ன காரணம் வேண்டும்!

*

அழகான குழந்தை பிறந்ததா? எந்தக் குழந்தையுமே அழகுதானடா எழுத்து மடையா...

*

உடல் பங்கப்பட்டாலும், மாற்றுத் திறனாளியாகி

சாதனை புரியும் மனிதன் உள்ளம் பங்கமானால் உருத் தெரியாமலாகிறான்.

*

துயரின் பாடலுக்குப் பின்னணி இசை நிசப்தம்.

*

குறுக்கு வழியிலிருந்து, பொதுச்சாலையில் ஏறி நுழையும் தனிவாகனம் எதுவும், பொறுப்பின்றியே சீறி வருகுது...

*

இறுதிவரை தனித்து இதுவே சுவை என ஒன்றுமில்லை. இனிப்பின் அதீதத்தில் கசப்பின் சுவை. கசப்பின் அதீதத்தில் இனிப்பின் சுவை. அடங்கட்டுமடா நாக்கு.

*

வளர வளரக் குழந்தையாகவே வாழணும். புதிதாய்ப் பாவம் செய்து, மீண்டும் பிறந்து தொலைக்காமல் இருக்கலாமே என்றொரு மூடநம்பிக்கை. எந்த நம்பிக்கையிலும் மூடம் இல்லாமலில்லை! தன்னுடைய பிறவிக் கர்மாவை, அழிப்பதற்காகவே ஓர் ஆத்மா இங்கே குழந்தை வடிவில் உதயமாகிறது - என்கிறார் ஒரு மகான்.

*

பொதுவாகவே எந்த நம்பிக்கையுமே ஒருவகையில், பதற்றத்தின் மென்அதிர்வுகளை உள்ளடக்கியதுதான். நிகழ் வெல்லாம் 'தற்செயல்' தான் என நம்புவதில், என்ன நேருமோ எனும் பதற்றம் இருக்காது பாருங்கள். தற்செயலில் தான் சுதந்திரம்!

*

இன்றுடன் 25 ஆண்டுகள் பூர்த்தியாகி, வெள்ளிவிழாக் கொண்டாடுகிறது எனது சர்க்கரை வியாதி. உடலில் தசைத்திரட்சியான இடத்தில் மாறிமாறி 14,000 நுண்குத்துகள், ஊசியில் இன்சுலின் நிரப்பி... இன்சுலின் போற்றி!

*

உண்டிக்குக் குறையொன்றுமில்லை. எப்போதுமே பசிதான் குறைவு. ஆனால் அன்னதானத்தின் போது மட்டும் அணையாப் பசி.

*

என்னையே நேருக்கு நேர் சந்திக்கக் கூசும் மனநிலை எனக்கே உண்டு.

*

பெரிய பெரிய கடைகளில் உணவு பெற்றுச் சென்று, ஊராருக்கு விநியோகிக்கும் இரு சக்கர வாகன 'சுவிகி' இளைஞர்கள் பலர் தட்டுக்கடைகளில்தான் சாப்பிடுகிறார் கள்.

*

பள்ளி நாட்களிலும், ஏன் இன்றுமே கூட 'ரப்' நோட்டு களே எனக்கு ஆவலானவை. ரெகார்டு நோட்டுகள் சரிப்பட்டு வருவதில்லை. இன்றும் கோடு போட்ட ரூல் நோட்டுகளில் எழுதப் பிடிப்பதில்லை.

*

குடும்பப் போட்டோவுக்கு, குரூப் போட்டோவுக்கோ நான் சரிப்பட்டு வரமாட்டேன். 'ஸ்மைல் பிளீஸ்' க்கு அடங்காதவன்.

*

"**எ**ப்படீங்க வண்டிலே போற குழந்தைகள் எல்லாம் உங்களைப் பாத்து மட்டும், சிரிச்சிட்டே டாடா வெச்சிட்டே போகுது?"

"அவங்க பார்க்கும் முன்னாடியே, மானசீகமா நான் கை அசைச்சிருப்பேன்."

*

நான் மட்டும் பிறக்காமல் இருந்திருந்தால் எங்கே... யோ போயிருப்பேன்!

*

பொதுவாகச் செல்லிடப்பேசியில் யாரும் அழைக்கும் போது திறப்புச் சொல்லாக, 'ஹலோ' என்று கேட்கும். முடிப்பில், 'சரி... கூப்பிடுகிறேன்' என்றோ 'ஃபிரியா இருந்தா கூப்பிடுங்க' என்றோ முடியும். ஒரு நண்பர் 'வாழ்க வளமுடன்' என்று முடிப்பார். இன்னொரு நண்பர், நீண்ட மௌனத்தில் முடிப்பார். அவர் முடித்தாரா எனப் புரியாமல் நான் 'கட்' பண்ணிவிட்டால், அடுத்த முறை அழைக்கும் போது வைவார். இன்னொரு நண்பர் 'ம்... சரி' என்க, இருவரும் ஒரு சேர வைப்போம். இன்னொரு நண்பர் உண்டு. அவர்தான் அழைத்திருப்பார். முடிவில், 'சரி... வெச்சிரு' என்பார்.

*

மெகா தொடர்களை விடாப்பிடியாகப் பார்க்கும் ஒரு இல்லத்தரசி சொன்னார்: "எல்லா சீரியல்களிலும் ஒரு தாங்கமுடியாத நல்லவளும், ஒரு தாங்கமுடியாத கெட்டவளும் வர்றாங்க... ரெண்டு பேரும் சாக வேண்டியதுதான..."

*

என்னை எனக்குத் தெரிய வைப்பதற்கே பெரும்பாடு... இதில் என்னை நாலு பேருக்குத் தெரியணும் என்பது எவ்வளவு பேராசை... கள்ளும் குடித்த பேய்மனக்குரங்கின் நில்லாச் சேட்டை! புகழ் தேடி அலைபவன் எலும்பு மஜ்ஜையில் ஊறும் குருதியில் பொறாமை அணுக்கள் கலந்திருக்கும்!

*

அலாரம் வைத்துவிட்டு, அலாரம் அடிக்கும் முன் எழுந்து, அலாரத்தை அடக்குவதுதான் மனதின் வாடிக்கை!

*

உன்னுடன் பேச்சைக் கொண்டுசெலுத்துவது என்பது, பத்தடிக்கு ஒரு வேகத்தடைத் திட்டில், இருசக்கர வாகன சவாரி போல...

*

அண்டைவீட்டு மூதாட்டி அதிகாலையில் பால்காரரிடம் சொல்கிறார்: வாசல்ல கோலம் போடலேன்னா... சாவு விழுந்த வீடு மாதிரி இருக்கும்.

*

புவி ஈர்ப்புவிசை கைகொடுக்கும் வரைதான். நீ கைப்பற்றி நிற்க நிலமிங்கே!

*

காற்றடிக்கும் பக்கம் கப்பல் போய்க் கொண்டிருக்கிறது தினத்தந்தி, கன்னித்தீவுப் படக் கதையில், இன்று சி: 20855.

*

“இப்போது உன் மனதுக்கு என்ன கவலை?”

“நான் இறந்த பிறகு அது அநாதையாக அலையுமே என்றுதான்...”

*

‘வீட்டில் யாருமில்லை... நானே இப்போதுதான் வீட்டுக்குள் நுழைகிறேன்... யாரோடு பேசி சண்டை போடுகிறாள்’ எனக் குழம்பியபடி உள்ளேகினான்.

டி.வி.முன் ஏதோ மெகாதொடர் கதாபாத்திரத்துடன் தான் வாய்ச்சண்டை.

*

தோன்றி நாசமடையும் போகங்களிடமிருந்து கிடைக்கும் சுகம், படமெடுத்த பாம்பின் நிழலில் கிடைக்கும் சுகம் போன்றதாகும் - வசிஷ்டர்.

*

மாமியார் தூங்கும் போது மருமகள், நைஸாக அந்த அறையின் ஃபேன் -ஐ நிறுத்திவிட்டாள். பதிலுக்கு மருமகளின் மொபைல் சார்ஜில் போடப்பட்டிருந்த பிளக் ஸ்விட்சை நைஸாக நள்ளிரவில் ஆஃப் செய்தார் மாமியார்.

*

தான் உண்ணமுடியாதபோது, அடுத்தவர் உண்பதை ஆசை பொங்கப் பார்த்து திருப்தி அடைவேன் என்று சொல்லும் ஒரு கேரக்டரைச் சந்தித்ததுண்டு. பொறாமை கொள்ளாமல் இப்படி அனுபவிப்பது, காமத்தின் Voyeuristic pleasureஇல் அல்லவா சேரும்!

*

தாம்பத்ய சுகத்தில் பரிபூரணதிருப்தி அடைந்ததாக, மனதுக்குள் ஆணும் சொல்வதில்லை, பெண்ணும் சொல்வ தில்லை. நிறைதல் என்பது எதிலுமே சிந்தை நிறைவன்றோ!

*

"**க**டவுள் என்னைத் தினம் சோதிக்கிறார் சார்."

"கவலை விடுங்க... சோதிக்கவாவது உங்களை கவனிக் கிறாரே!"

*

தன்னைத் தானே சுற்றிக்கொண்டே தன்னைத் தானே பின்தொடரவும் செய்கிறான் மர்ம மனக் கோளன்.

*

வாழ்வுக்கு நடுங்குபவன், வாழ்வுக்கு நடுங்காதவன் என இரு வகைமை மனிதரே உளர்.

*

அடச்...சீ... உனக்கு பயந்து பயந்து நான் சிகரெட் பிடிப்பதா? இன்றோடு இந்த பழக்கத்தைப் பொசுக்கி விடுகிறேன், பார்!

*

துருப்பிடித்த வண்ணத்தை ஏன் தேர்ந்தெடுத்தேனா? துருப்பிடிக்கும் எனும் கவலை இருக்காது பாருங்கள்!

*

நீ தியேட்டரை விட்டுத்தான் வெளியே வந்திருக்கிறாய்... பார்த்த படத்தை விட்டு வெளியே வரவில்லையே... என உயிரிடம் கேட்டது ஆன்மா.

*

குழந்தையாக இருந்தபோது, நான் முதலாவதாகப் பேசி யிருக்கக்கூடிய ஒரு முழு நீளவாக்கியம்: 'அந்த கண்ணு குட்டியை அவுத்து விடுங்க' (தெலுங்காக இருப்பின்: லேது நேறுபோவாய்)

*

தந்தை, மகனுடன் நீண்டநேரம் பேசிக் கொண்டிருப்பதைக் கண்டு பொறாமைப்படும் தாய் உண்டு காண்.

*

குளியலுக்கு வெந்நீர் விளாவ அண்டாவுக்குள் குழாய் திறந்து குளிர்நீர் எவ்வளவு சேர்ப்பினும் அடங்காச் சூடு போலுமே, விபரீத மனம்.

*

எழுத்துக்கலைஞன் என்பவன் உலகத்தோடு ஒட்டியும் ஒட்டாமலும் எதையாவது செய்து தொலைக்கட்டும். தொலைத்த உண்மையை எழுதித் தொலைக்கட்டும். ஆனால், மனத்துக்கண்ணாவது மாசிலனாகட்டும்! முதலில் தனக்குத் தானே உண்மை பேண வேண்டும்.

*

நிறையப் பேர் மொபைல் முகப்படமாக (காதலில் விழாதவர்கள், திருமணமானவர்கள்) ஆணாயின் தாய் - தந்தை படத்தையும் பெண்ணாயின் பெற்ற மக்கள் செல்வத்தையும் வைத்துள்ளார்கள். பிடித்த பிம்பத்தை வைப்பவர்களும் உளர்.

*

ரயிலில் அமர்ந்து போகையிலே, முதுகுப்புறத்தாலே என்ஜின் மாட்டப்பட்டு ரயில் ஓடினால், பயணம் முழுவதும் ஒரு Passivity மனதைக் குடைகிறது. ஜன்னல் வெளியே இருபுறமும் கடந்து போகும் காட்சிகளில் கூடும் சோகம்.

*

நான் வீட்டில் இருக்கிறேனா, வெளியில் இருக்கிறேனா என்பது எனக்கே தெரியாது. ஆனால் பக்கத்து வீட்டுக்காரர், எதிர்வீட்டுக்காரர் எல்லோருக்கும் தெரியும்!

*

ரயில் பயணங்களில் மற்றவரோடு நான் கூச்சமில்லாமல் பேசும் வார்த்தைகள்: படிச்சிட்டீங்கன்னா... அந்த பேப்பர கொஞ்சம் குடுங்க.

*

மனம் நிச்சலனமாக இருக்கையில், திடீரென ஒரு நொடித்தெறிப்பாக, மெல்லவே முடியாத ஜோக் ஒன்று தோன்றுவதுண்டு.

"ரயிலைப் பிடிக்காதவர்கள் யார்?"
"தாமதமாக வந்தவர்கள்தான்."

*

அதான் எனக்கு தெரியுமே.
அதான் எனக்கு தெரியுமே.
அதான் எனக்கு தெரியுமே.
அதாங்க எனக்கு தெரியாது
என ஒருபோதும் சொன்னதில்லை.

*

காலம் இடம் இழைத்து நெய்யப்படும் வாழ்வுப் புனை வெழுத்தும் பிரமிப்புதான். நாவல்களை மீண்டும் கவனம் ஊன்றிப் படிக்கவேண்டும். படைப்பதனால் அவன் இறைவன்தான்!

*

குறுகிய காலத்திலேயே மனிதனின் சங்கதிகள் பலவும் 'அவுட் டேட்டடு' ஆக காலாவதியாகிவிடும் நிலையில், ஆயிரக்கணக்கான ஆண்டுகள் கழித்தும், நம்பிக்கையில் கோவில்கள் வியப்புதான்!

*

ஓய்வறியா பூமி, உறங்குவது எப்போ நீ?

*

மொத்த வாழ்வுமே சித்தங்கூறுதான். சத்தம் எதுக்கு மனமே.

*

புதிதாக வாங்கின இரு சக்கர வாகனத்தைக் காண வில்லை. ஏதோ இலக்கியக்கூட்டம் முடிந்து வெளியே வந்து அர்த்தஜாமத்தில் தேடுகிறேன். இங்கோடி அங்கோடி அலைந்து அலைந்து தேடித் தேடிக் கிடைக்கவில்லை.

கருவிழி இடவலமாய் விரைந்தோடிக் களைத்துவிட விடிந்தது போலும்.

சுவர் சிவப்பு டிஜிடலில் மணி 4.44.

தொலைந்தது கிடைக்காமல் போனது கனவானதில் தூங்கிவிட்டது அமைதிப் படுக்கையில் மனம்.

*

விசிறி எறிய எறியச் சொற்கள் வெளியில் உற்சாகமாகப் பறந்தன. எல்லாம் போயின. ஒரு சொல் இல்லை பையில் கனக்க... இனி எந்நாளும் பாரமிலாது மிதக்கும் துயில்.

(சொற்களின்றிப் பசியில் திண்டாடப் போவ தென்னவோ கனவுகள் தான்!)

*

கரும்பாய் வரும் தூக்கத்தைவிட்டு, ஏனப்பா குரங்காய் புத்தகம் விரித்து வைத்துக்கொண்டு உட்கார்ந்திருக்கிறாய்?

*

கும்பகோணம் இராமசாமி கோவிலில் வீணை வாசித்துக்கொண்டே ராமாயணம் பாடும் கற்சிலை அனுமனும் கலைஞன்தான்.

*

மிரட்சி தரும் இயற்கைக் காட்சிகள்தான் எத்தனை எத்தனை... அண்ணாந்தால் மரஉச்சிதனில் ஒரு பெரும் பலாக்கனி.

*

நெடிது உயர்ந்த கோவில் கோபுரங்களை அந்தியில் பார்க்கும்போதை விட, அதிகாலையில் கூடுதல் உயரமாகத் தெரிகின்றன.

*

சனிப்பிணம் துணை தேடும் என அஞ்சற்க. பூமியில் முதல் பிணமே சனிப்பிணம் தான்.

*

இறந்தவரைச் சுற்றிப் பெற்ற பிள்ளைகள் நேசமான சம்பவத் தருணங்களையே நினைந்து நினைந்து நெஞ்சம் விம்ம விம்ம திரும்பித் திருப்பி காலத்தைக் கதறலுடன் மொழிகிறார்கள்.

கண்ணீர் சுமந்து போகும் ஆளற்ற ஒற்றை ஓடம் தானே கரை சேர்ந்தால்தான் உண்டு.

*

வாழ்வின் மீதான என் அதீத கசப்பு என்பது வெளியில் போலியானது என்றும் சொல்லிவிட முடியாது. வாழ்வில் எதற்கென்றறியாத எதன் மீதுமென்றும் இல்லாத ஒரு பிடிப்பு... ஆனாலும் ஏனிப்படி மரணபயம் பற்றித் திரிகிறேன். பயமே சுவாசமானால் அதிதீவிர சிகிச்சைப் பிரிவில்தான் ஒவ்வொரு நாளையும் கழிக்கணும்! அங்கு கட்டணமோ எட்டாத் தொலைவு!

*

வாழ்வின் அபத்தம் அல்லது அர்த்தமின்மை என்பது, என்னைப் பொறுத்தவரை, 'உள்ளொன்று வைத்துப் புறமொன்று பேசுவார் உறவு கலவாமை'யைக் கைக்கொள்ள இயலாமைதான்.

*

எனக்குக் கிடைத்த ஒரு பிறந்த நாள் வாழ்த்து , ஒரு மெய்ஞானக் கலைஞனின் இதயத்தில் மலர்ந்து சுகந்தமாக வந்த அபூர்வம் - க்மலக்கண்ணன் தந்த எனக்கான அருள் வாக்கே அது:

ஒவ்வொரு கணத்தையும் பிறந்த கணமாகப் பார்க்கும் விழி கொண்டவருக்கு இனிய பிறந்த நாள் வாழ்த்து.

*

இரு சக்கர வாகனம் ஓட்டிப்போகையில், முன்னிருக்கும் இரண்டு rear mirrorகளையும், என்றுமே திருப்தியே இன்றி ஓயாமல் சரியாக்கிக் கொண்டே ஓட்டிப் போவதில் கவனம் சிதறி, முன்னால் போய்க்கொண்டிருந்த டெம்போவின் முதுகில் முட்டப்பார்த்தான்...

ஷடன்பிரேக்கிட்டு, அவனைக் காத்தது அவனது

உள்ளுணர்வு.

*

ஒன்றரை வயதுப் பேத்தியை அருகமர்த்தி, பிஞ்சின் பஞ்சுக் கால்களை, 'இது தங்கக் கால் - இது தாமரைக் கால்' என மாற்றி மாற்றி கொஞ்சிக் கொஞ்சி அமுக்கிவிட, அவளின் அருள் முகத்தில் ஒளிர்கிறது பிள்ளைப் பரவசம்...

அகம் புறம் தாண்டி ஆதிப் பொருள் காட்டும் அந்த ஒளிர்காட்சி போட்டோவுக்கோ மொழிக்கோ பிடிபடாதது...

சொல் நீங்கின மௌனச் சுடர்ப் பிரகாசம் அது...

*

சிலருக்கு உண்மை பேச பயமாயிருக்கிறது...

எனக்கோ பொய் சொல்ல பயமாயிருக்கிறது...

பொய் உதடுகள் சரளம் கொட்டுபவை. உள்ளம் ஒட்டாதவையாதலால் பயமறியாதவை!

மனசாரப் பொய் பேசுபவர்களும் உண்டு.

மனசார உண்மை பேச மனமோ நாக்கோ உதடுகளோ எதுவும் தேவையில்லை.

எனக்குப் பிடித்த விவிலிய வரி :

பொய் உதடுகள் கர்த்தருக்கு அருவருப்பானவை.

*

'**இ**னியும் உனக்கென்ன வருத்தம்? உம்மணாம் மூஞ்சி யாய் ஓரமாய் உட்கார்ந்திருக்கிறாய்?' -

'கடவுள் என்னைத் தன் விளையாட்டில் சேர்த்துக் கொள்ள மாட்டேன் என்கிறார்.'

*

மேற்கொண்டு இனி

இவன் எதுவும் செய்ய அஞ்சுகிறான்...

ஏனெனில் இவன் செய்ய வேண்டாதனவற்றையும் செய்து முடிப்பவன்!

*

குழந்தை பசிக்குக் கத்தி அழுகிறது...
தாயும் அறிவார்...
வளர்ந்த பின் பசிக்கு அழும் மனிதன் உண்டோ?
மன வைராக்கியம் அவனை வெளிப்படையாக
அழ விடுவதில்லையோ?

*

சுயம் தானே துன்பம்.

சுயத்தைக் காலமெனும் மாயக் கயிறால் கட்டிக்காப்பது 'பற்று'தானே...

பற்று என்பதென்ன...
ஆசைதானே.
பற்று நீங்கில் சுயம் நீங்கும்...
சுயம் நீங்கில் இன்பதுன்பம் என
இரண்டில்லை...
ஒன்றும் இல்லை
காலமெனும் அரூப நெருப்பால் உயிரோடு எரிப்பது...

*

இனி மிச்சமுள்ள ஒரே ஆசை - ஆசை போலும் ஒன்று இதுதான்: முகம் முழுதும் புன்னகை பூத்திருக்க மூச்சு பிரியணும்...

*

நீக்கமற சுயமிலா
சூன்யம்
சார்புடைமை எனும்
தனிப்பெருங்கருணையை சுவாசித்து வாழணும்...

*

அண்ணாச்சி கடையில் புது வாழைக்குலை கயிறில் தொங்கவிடப்பட்டது. அப்போது பார்த்து கடைக்கு வந்த ஒருவர் கேட்டார்: "பூராமே பச்சைக்காயா இருக்கே...எப்ப பழுத்து எல்லாத்தையும் பழமாப் புடுங்கி விக்கறது?"

"மெல்லப் பழுக்கும்... பழுக்கட்டும் ...அப்பப்ப பழமாகி வித்தாப் போச்சு"

நான் குறுக்கிட்டு, வழக்கம் போல, என் அசட்டு நாக்கை நீட்டினேன்: "அண்ணாச்சி, இந்தத் தார்க்குலையிலே ஒட்டு மொத்தமா அத்தனையும் ஒரே சமயம் பழுத்திட்டா, எப்படி பூராத்தையும் உடனே விக்கறது?'

அண்ணாச்சி, அடடட...டா... என சிரிப்பொலியைக் கொப்பளித்தவர், கண்களில் புன்சிரிப்பு விரிய, அதுவா எனச் சீரியஸாக சொன்னார்:

"வாழைத் தார்லே, எல்லாக் காய்களும் ஒரே சமயம் பழுக்காது... மேலே இருந்து ரெண்டு ரெண்டு பழுக்கும்... ஒரு வாரம் வரைக்கும் கூட மெல்ல மெல்ல ஒன்னு ரெண்டாப் பழுக்கும்... வாழைத்தார் தொங்கவிட்டா என்னிக்குமே நட்டத்தைத் தராது..."

நான் பால் பாக்கெட்டுடன் கொசுறாக ஓசி கறிவேப் பிலை வாங்கிக்கொண்டு திரும்பி வருகையில், வாழைக் குலையே எண்ணத்தில் ஆடியது.

ஒருமுறை தெருவில் வந்த பழவண்டிக்காரர், காயும் பழமுமாக வாழைப் பழம் ஒரு சீப் பிய்த்து நீட்டி, எதிர்வீட்டு அம்மணியிடம் சொன்னது நினைவில் தடுக்கியது: " கொண்டுபோ பாப்பா... இந்த சீப்புல ஒன்னொன்னாத்தான் பழுக்கும்...நாலஞ்சு நாள் வெச்சுத் திங்கலாம்."

ஒன்னொன்னா நூறா, ஒட்டுக்கா நூறா - ன்னு ஒரு முதுமொழியும் திடுமென நினைவில் ஏறி ஊர்ந்தது...

கருணையில் கனிவதே பூமியில் மனிதனுக்குப் பேரறிவு...

இயற்கையின் கருணைக்கும் ஒரு கணிதச் சீர்மை இருப்பதை எண்ணிக் கனிந்தேன்.

இயற்கையின் நுண்ணறிவு, பேரறிவு, உயிர் அறிவு, ஒழுங் கமைதி என இலங்கும் அந்தப் பேரியற்கையை நாம் 'கடவுள்' எனக் கொண்டால்,

கடவுள் இன்னும் சாகவில்லை...

கடவுள் என்றுமே சாகமாட்டார் .

*

கால காலேஸ்வரர் கோவில் வாசலில் ஒரு யாசகரிடம், 'சில்லறை இருக்கா?' எனக் கேட்டார் , ஒரு நடுத்தர வயதுப் பட்டுவேட்டிக்காரரர்.

'இருக்குங்க' எனத் திருவோட்டில் கண்ணுற்றபடி சொன்னார் யாசகர்.

"சரி...அஞ்சு ரூபா குடு" - எனப் பத்து ரூபாயை நீட்டியது பட்டு.

*

எதிலுமே நிலைத்ததாய் ஓர் அர்த்தம் கொள்ளவேண்டி தான் மன்றாடுவது என்பது, எண்ணத்தின் வன்முறைதான்.

குழந்தைகளைப் பாருங்கள், அர்த்தம் பொருட்டின்றி கலகலப்பில் துள்ளி இதயத்தால் சிரிக்கும்.

*

எதிரேறி வரும்
ஒரு இனிய சொல்அம்பும்
ஒரு இன்னா சொல்அம்பும்
உன் பிம்பத்தைத் தான்
தீண்டிப் பற்றுகின்றன...

ஒரு சொல்அமைதியில்
தான் இம் மெய்யிருப்பென உணர்கிறேன்.

ஒரு வெற்றுக் கோப்பையில் மௌனமாக நிறைந்து கொண்டேயிருக்கும் ஒரு சொல் அமைதியிலே என் குடியிருப்பு.

*

மரணம் பற்றிய எந்தவொரு குட்டிக்கதையும் எனக்கு மிகவும் பிடிக்கும். காரணம், எந்நேரமும் மரணத்தை காதலாகிக் கசிந்துருகி நேசிக்கிறேன்.

முன்னொரு காலத்திலெல்லாம் எமன் நியாயமாக வயதில் மூப்பானவர்களை மட்டுமே வந்து கூட்டிப் போவானாம்.

தேர்ந்தெடுத்த அந்த வீதியில், தேர்ந்த மூப்பின் பெயரைக் கூவி, டமாரம் அடித்துச் செல்வது வழக்கமாம்...

ஒருமுறை ஒரு ஊரில் ஒரு சாயங்காலமாக, இப்படி டமாரம் அடித்துக்கொண்டு தன்பாட்டுக்கு சிவனே என்று போன எமனை, தெருவில் விளையாடிக்கொண்டிருந்த குறும்புக்காரச் சிறுவர்கள் சிலர் ஹோ...ஹோவென ஆர்ப்பரித்து விரட்டிச் சென்றார்களாம்.

மனம்நொந்த யமன், கோபமாகத் திரும்பிச் சீறி, இனிமேப் பாருங்கடா என கவிதையாக ஒன்றைச் சொன்னாராம்:

பூ உதிர
பிஞ்சு உதிர
காய் உதிர
கனி உதிர

அன்றிலிருந்து தான் இன்றுவரை

குழந்தை முதற்கொண்டு, யாருக்கென்றின்றி அகால மரணங்கள் தொடங்கியதாம்... தொடர்கிறதாம்...

*

"நான் நடைப்பிணமாக இருப்பதாகக் கூறுவதை நீ நம்ப மாட்டாயா, ஏன்?"

"நீதான் உன் கைகால்களில் நகம் வெட்டிக்கொண் டிருக்கிறாயே"

*

2001ல் என் தந்தை குளிர்கால நள்ளிரவு ஒன்றில் மறைந்தார்.

நடுக்கூடத்தில், தெற்கே தலை வைத்து, தலையில் உருமாலை கட்டி, நெற்றியில் நாமம் இட்டுக் கிடத்தியிருந் தார்கள்.

பிற்பகல் 2மணிக்கு பாப்பநாயக்கன் பாளையத்தில் மின்தகனம்.

நான், முற்பகலில் வாசல் தெருவின் கிழக்கே, இன்னொ ருவர் வீட்டு வாசலில் பழனி, விடியல் சிவா, துரைமடங்கன், கனகு, எழில், விசு, குனிசேரி என நண்பர்களுடன் உரத்தகுர லில் சிரித்து அரட்டை அடித்துக்கொண்டிருக்கிறேன்...

இதுவரை என் கண்ணில் சொட்டு நீர் வரவில்லை...

நடிக்கிறேனா...?! இல்லை... இல்லவே இல்லை...

மனம் அப்படி ஒன்று - தந்தை மறைவு - என்ற ஒன்றை நிகழ்ந்ததாகவே பதிந்து கொள்ளவில்லை.

பலவந்தமாக அடக்கி மறுத்ததா...

அப்படியும் இல்லை.

பின் என்ன?

இயல்பான ஒரு நீங்கல்...

பற்று முற்றி ஒரு உதிர்வு.

அதீத துக்கத்தின் கனிவில் மனம் முழுதுமே நீர்மையாகி கரைந்தோடி விட்டது - என இப்போது சொற்காவடி எடுத்து ஆடுகிறேனோ!

உண்மையில், என்னையும் மீறி, தனக்குத்தானே நடித்துத் தன்னைத் தற்காத்துக்கொண்டதோ மனம்!

நீரின் பொங்கு நுரை எடுத்து வீசி விளையாடுவதில் மனம் ஓய்வதில்லை...

*

கிடைப்பதை மட்டுமே உண்பேன் எனில், அங்கே சைவமா - அசைவமா எனும் பேச்சுக்கே இடமில்லை...

சைவ உணவு இங்கே தாராளமாகக் கிடைக்கும்போது, மாமிசம் எதற்கு எனத் தானே தவிர்த்துவிட்டது மனம்.

உணவுப் 'பழக்கம்' என்பது பொருத்தமான சொற் சேர்க்கைதான்.

அன்றாட உணவுக்காகக் காட்டை நோக்கி வேட்டைக்கா சென்று கொண்டிருக்கிறோம்!

தேவைக்கு விட ஆசைக்கு உண்பதே அதிகம்...

சைவமா - அசைவமா என்பதை உன் மூளையால் அல்ல, அனைத்திலும் கருணை காட்டும் இதயத்தால் உணர்ந்து தட்டு எடு.

உடம்பை வளர்த்தேன் உயிர் வளர்த்தேனே-இன்னொரு உடம்பை உண்டல்ல!

*

காலம் பொன் போன்றது என்பர் பௌதீகவாதிகள்...
எனக்கோ மௌனமே பொன்னானது...

அடிப்படையான சில வினாக்களுக்கு புத்தர் மௌனம் பாலித்ததாகச் சொல்லப்படுகிறது - அது பொன்னான மௌனம் எனக் குறிப்பிடப்பட்டதாம்.

*

புனைவெழுத்துப் புதினங்கள் வாசிப்பதில் ஆர்வம் வடிந்துவிட்டது...

புலன்களால் ஊட்டம் பெற்று நடக்கும் இந்த வாழ்வில், மனித கதாபாத்திரத்தின் மன விசித்திர வேறுபாட்டுச் சாத்தியப்பாடுகள் எல்லைக்குட்பட்ட, கணக்கானவை தான் என அறிவேனாகையால், இந்த மனிதன் பூமியில் இனி எப்படி இருந்து விட முடியும் எனும் தெளிவில் புனைவெழுத்துப் புதினங்கள் என்னைக் கைவிடுகின்றன. (புனைவில் மொழி இசைக்கும் ஒரு வாசிப்பின்பம் செவிக்குணவாக இருப்ப தென்பதும் ஓர் உண்மை)

குறையாமலும் மிகாமலும் உள்ளொன்று வைத்துப் புறமொன்று பேசாதவையுமான அனுபவக் 'கதைகள்' பகிரப்படின் கண்கொடுத்து காதுகொடுத்துக் கவனிக்கலாம்.

மற்றபடி 'எழுத்தே ஒரு பாவனை' எனத் தான் மீண்டும் மீண்டும் சொல்லத் தோன்றுகிறது.

*

கே.டி.வி.யில் 'கடல்மீன்கள்' ஓடிக்கொண்டிருக்கிறது...

முன்னொரு காலத்தில் நான் கமலின் தீவிர ரசிகன். (அன்று என் முகம் கமல் சாயலில் இருப்பதாக, 'கல்யாண வளையோசை கொண்டு - பாடல் நாயகி 'லதா'வின் சாயலில் இருந்த என் காதலி அடிக்கடி சொன்னதும் ஒரு காரணமாக இருந்திருக்கலாம்தான்!)

பின்பு தெளிந்தேன் - கமல் சிறந்த நடிகர் தான், ஆனால் அவர் 'நடித்துக் காட்டவும்' செய்பவர்!

(நடிகனின் தொழில் நடித்துக் காட்டுவதன்றி வேறென்ன, என்கிறீர்களா? படைப்புகளில் இயல்பு - யதார்த்தம், மீயதார்த்தம், மாய யதார்த்தம் என்றெல்லாம்

இருப்பது சகஜம் தானே!)

இப்படி 'நடித்துக் காட்டுபவர்' எனும் முடிவுக்கு நான் வரக் காரணம் -

கமல் ஏற்றுக்கொண்டிருக்கும் character ஐ விட்டுவிட்டு - கமலின் உடலுருவத் தோற்ற பிம்பத்தையே - 'கமல ஹாசனை'யே வாய்பிளந்து பார்க்க நேர்ந்த என் பலவீனம் எனவும் புரிகிறது.

எதுவாயினும், எதையும் பார்க்கும்போது நினைவு அல்லது எண்ணத்தின் குறுக்கீடின்றி, அதை அம்மணக் கண்ணில் பார்ப்பதில்லையே!

*

விளையாட்டு பொம்மைகளுக்கு ஏது வயது?

*

ஒருவரோடு ஒருவர் போடுவதுதான் சண்டை என்ப தில்லை, ஒருவர் மட்டுமே போடும் சண்டையும் உண்டு.

*

சும்மா இருந்து கண்மூடியிருக்கையில், முகம் மலர்ந்து புன்னகையாய் ஒளிர்கிறது

*

நாம் பேசுவதில் பெரும்பாலானவை இரவல் வார்த்தைகள்தான்; நிழல்சொற்கள்.

*

நாவினால் சுடும் புண்களின் வலியை நாளும் நடுங்கி ஆழ உணர்பவன் என்பதால், பிறர் மனம் வாடினால், நான் அமைதி இழக்கிறேன்.

என் நாவும் எழும்பாமல் கவனமாக அடங்கிக் கிடக்கிறது.

கண் இமைக்கும் கணநேரத்தில்
வலியை உமிழ்ந்துவிடும் ஒலி.
ஒலியும் வலியும் சேராதிருக்கக் கடவதாக!

*

சாலையில் முன்னே சென்றுகொண்டிருந்த காரின் முதுகில் எழுதப்பட்டிருந்த கச்சித வார்த்தைகள்:

நிதானம் பிரதானம்.

Your Horn is not my accelerator.

*

எச்சுவை பெறினும் வேண்டேன்.

இனியுமென்ன...

வார்த்தைகளின் கூத்துக் கோமாளியாகி, எந்நாளும் கையில் பரிசுப் பொட்டலங்களுடன், குழந்தைகள் முன்னால் கிறிஸ்துமஸ் தாத்தாவாகி நடனமாகிக்கொண்டிருக்க வேண்டும்.

*

இறைவன், ஏழையின் மாட்டைத் தொலைக்கவிட்டு, பின் கண்டுபிடித்துத் தந்து ஏழையை மகிழ்விப்பான் - என்று எங்கோ படித்தேன்.

ஏழையின் மாட்டைத் தொலத்த இறைவன், இன்னும் அதைத் தேடிக்கொண்டிருக்கிறான்.

ஏழையோ இறைவனைத் தேடிக்கொண்டிருக்கிறான்.

*

வேலையும் நீயும் சேர்ந்து விளையாடினால், வேலை விளையாட்டாகும். விளையாட்டு வேலையாகும்.

*

நாடகமேடைக்குள் ஒரு நாடக மேடை இவ்வுலகம்
நாடகத்துக்குள் ஒரு நாடகம் இவ்வாழ்வு
உள்ளுக்குள் ஒரு உள்ளுக்குள்
உன் இருப்பு

*

ஐம்பொறிகள்
கண், காது, மூக்கு வாய், மெய் - யாம்.
கண்ணுக்கு ஒளி

காதுக்கு ஒலி
நாசிக்கு வாசனை
வாய்க்கு ருசி
மெய்க்கு
தொடுதலோ தொட்டுணர்தலோ -
எதைத் தொட்டு எதை உணர்தல்?

*

எந்நேரமும் உடலுக்கு வெளியே இருக்கவே ஆசை

*

இசை, ராகங்களைப் பகுத்துணரத் தெரியேன்...
ஆனால்,
எல்லா ராகங்களுக்கும் பொருந்துவது மழலை
அல்லது
மழலையில் இல்லாத ராகமில்லையோ!

*

தகவல் தொழில்நுட்ப சேவைத்துறையில் பன்னாட்டு நிறுவனம் ஒன்றில் மிக உயர்ந்த பதவியில் இருந்தார் அந்த இளைஞர். (பொறியியல் படிப்பில் அகில இந்திய அளவில் தங்கப் பதக்கம் பெற்றவர்.)

விளம்பர நிறுவனம் நடத்தும் ஒரு இளம்பெண்மணியின் தம்பி என்பதால் எனக்கு ஓரளவு பழக்கமுண்டு.

அந்த இளைஞருக்கு 30 வயதிருக்கும், திருமணமில்லை.

இரண்டு ஆண்டுகளுக்கு முன்பு இவருக்கு மனப்பிறழ்வு தொற்றியது, சமீபத்தில் முற்றியது.

தந்தையை இழந்ததும் சற்றே கூடியது, ஆறு மாதம் முன்பு தாய் இறந்ததும் கொந்தளிப்பு கூடி நிலையில்லாமல் அல்லாட்டியது.

மனநலமருத்துவமனையுடன் இணையப் பெற்ற ஒரு மனநலவிடுதியில் சேர்க்கப்பட்டு மூன்று மாதங்களானது.

கடந்த வாரம் இறந்துவிட்டார்.

அவரது அக்கா சொன்னார்: "துரும்பாயிட்டான்.

மாத்திரைகளுக்கு அடங்கலை... தூக்கமில்லை... சாப்பிடவே இல்லை... அம்மா இறந்ததை அவனால ஜீரணிக்கவே முடியலை... சடங்குகளுக்கு ஒரு ரோபோ மாதிரி நின்னான்... ஆனாலும், அவனுக்கு அம்மா இறக்கவில்லை

அம்மா இன்னும் உயிரோடதான் இருக்கா... கோச்சுண்டு தன்னைப் பார்க்க வராம இருக்கா...அடுத்த வாட்டி அழைச் சிண்டு வாக்கா... அவ கையாலே சாத்தமுது ரெண்டு வாய் சாப்பிட்டாலே போறும்... நான் நல்லாயிடுவேன்னு திரும்பத் திரும்ப அதையே சொல்லிண்டிருந்தான்..."

கண் பார்க்கிறது
மனம்தான் காட்சியை உணர்கிறது...
காது கேட்கிறது
மனம்தான் ஒலியை உணர்கிறது...
மூக்கு முகர்கிறது
மனம்தான் வாசனையை உணர்கிறது...
வாய் மெல்லுகிறது
மனம்தான் ருசியை உணர்கிறது...
மூளை இறப்புக்குப் பின்னும்
மனிதனுக்கு உயிர் இருக்கத்தான் செய்கிறது.

(பிறருக்கு உறுப்புகள் தானம் செய்ய தன்னுயிரைத் தக்க வைத்துக் கொள்கிறான்!)

எப்படியாயினும்
மனதால் இறந்த பின்புதான்
எந்த மனிதனும்
உடலால் இறக்கிறான்...

*

"**கோ**வையில் எல்லாச் சாலைகளுமே குண்டுங்குழியு மாக வண்டிகள் போக இடையூறாக உள்ளன."

"இல்லை மானுடா... சாலைகள் அனைத்தும் பலத்த காயம் பட்டுக் கிடக்கின்றன."

*

அரிசிக்கடையில்: "மாசக் கேலண்டர் வேண்டாஞ் சாமி... தினசரிக் காலண்டர் - தெனமும் கிழிக்கற மாதிரி இருக்கறதக் குடு ராசா... அப்பதான் ஒரு நாள் கழிஞ்ச திருப்தி யிருக்கும்.''

*

"**எ**ன்னங்க ஏக்டிவா... கண்ணை மூடிட்டு இப்படி தாறுமாறா வண்டி ஓட்டறீங்க... பயமே இல்லையா?"

"பயத்திலே தானுங்களே கண்ணை மூடிட்டு ஓட்றேன்."

*

கடன் தொல்லையால் சில 'கவரிமான் ' மனிதர்கள் தற்கொலையில் உயிர் துறப்பர்.

உள்ளம் குறைபட வாழார் உரவோர்.

சீட்டாட்ட பழக்கத்தால் செல்வம் இழந்தவர், பங்குச் சந்தையில் பெரும் தொகை இழந்தவர் போன்றோர் பெரும்பாலும் தற்கொலைக்கு முயலுவதில்லை...

சூது விளையாட்டில் ஈடுபடும் மனிதன் மானஅவ மானம் பார்ப்பதில்லை.

*

சீன பெய்ஜிங் நகர தெருவில் :

"ஏன்டா மாப்ளே... அங்கே தூரத்திலே ஆறு பேர் நடந்து வர்றாங்களே, அவிக எல்லாருமே ரோபாவா? மனுஷங்களும் அதிலே இருக்காங்களோ?'

'அதும் பாரு... அதுலே ரெண்டு பேர் மட்டுந்தான் மனுஷங்களாத் தெரியுதுடா கந்சாமி... போன வருஷம் வந்தப்ப... பாத்ததும் வினாடியிலே சொல்லோணும் இது மனுஷனா, ரோபோவாங்கற போட்டியிலே கூட ஜெயிச்சு எறநூறு யான் பிரைஸ் வாங்கினேன்... இப்ப என்னடான்னா, கண்டுபிடிக்கறதிலே கொழப்பம்... சீனாக்காரன் ஏ.ஐ.யிலே வானத்தை முட்டீட்டான்டா"

*

"**நீ**ங்கள் எழுதுவது கவிதை ஃபிரீ கவிதையா?"

"சுகர் ஃபிரீ சுகர் போல."

*

சொற்பெருக்கம் வார்த்தைகளாகும்போது மாசு மண்டுகிறது.

*

உயிர்களின் பரிணாமத்தின் மீதான பூசைதான் குலதெய்வ வழிபாடு.

*

இல்லாள் சீமாறால் விரட்டிய கரப்பான், படி தாண்டி வாசலில் விழுந்து புரண்ட நொடியில், உயிரின் சிறகை விரித்துப் பறந்தொளிர்ந்தது...

*

ஆசிரியரின் பிற நூல்கள்

1. மீனுக்குள் கடல் - (1999)
2. பேய்க்கரும்பு - கட்டுரைகள் (2008)
3. அன்பின் வழியது உயிர்நிழல் (2009)
4. நெஞ்சோடு கிளத்தல் - நினைவுக் குறிப்புகள் (2018)
5. கண்மலர் - கவிதைகள் (2019)
6. அகநதி - கவிதைகள் (2020)
7. நினைவரவம் - நாட்குறிப்புகள் (2021)
8. ஆன்றவிந்த சான்று - தத்துவார்த்தக் குறிப்புகள் (2021)
9. நிழல் இலா ஒளி - தத்துவார்த்தக் குறிப்புகள் (2022)
10. ஊழ்த்துணை - நாட்குறிப்புகள் (2022)